Published by wordU, India

info@wordu.in
www.wordu.in

Roohu

A wordU Book/ published by arrangement with the author

ISBN: 978-93-47985-50-8

Typeset and Cover Design by Cogitabund LLP

റൂഹ്

ഗോപു മോഹൻ

word

1

എന്നും വൈകുന്നേരങ്ങളിൽ പതിവ് തെറ്റാതെ എത്തുന്ന ഓഫീസിനു അടുത്തുള്ള സലോമി ചേച്ചിയുടെ ചായക്കടയിൽ ഞങ്ങൾ അന്നുമെത്തി. എന്ന് വന്നാലും ഞങ്ങൾക്ക് വേണ്ടി മാത്രം ഒഴിഞ്ഞു കിടക്കുന്ന പോലൊരു ബെഞ്ച് ആ കൊച്ചു കടയുടെ പിന്നിൽ എപ്പോഴും ഉണ്ടാവും. ഇന്നും അത് ഞങ്ങളെ കാത്തിരിക്കുന്നത് പോലെ തോന്നി, അവിടെ ഇരുന്നു ഒരു ചായയും കുടിച്ചു നേരെ കാണുന്ന വയലിലേക് നോക്കി ഇരിക്കുമ്പോൾ തന്നെ ഒരു സമാധാനമാണ്. വല്ലപ്പോഴും ഞാൻ അവിടെ ഇരുന്നു ഒരു സിഗരറ്റ് കത്തിക്കും. മെഹറിന് അതൊരു പ്രശ്നം അല്ല. പക്ഷെ പുകയില എരിയുന്ന മണം അവൾക് ഇഷ്ടമല്ല, അതുകൊണ്ടു ഞാൻ പുക വലിച്ചു തീരുന്നത് വരെ അവൾ മുന്നോട് നീങ്ങി നിന്ന് ആ വയലിന്റെ പച്ചപ്പും ആസ്വദിച്ച് ആലോചനകളിൽ മുഴുകി നിൽക്കാറുണ്ട്. പലപ്പോഴും ആലോചന ഞങ്ങളുടെ കാര്യം തന്നെ, അതങ്ങനെ തുറന്നു പറയാറില്ല എങ്കിലും ആ കണ്ണുകൾ കാണുമ്പോൾ തന്നെ അതെനിക് മനസിലാവാറുണ്ട്. പക്ഷെ ആ നിൽപ്പ് കാണാൻ തന്നെ അസാധ്യ ഭംഗി ആണ്, വൈകുന്നേരങ്ങളിൽ വയലിലെ ശാന്തമായ കാറ്റ് മെല്ലെ വീശി അവളുടെ തലയ്ക്കു മീതെ ഇട്ടിരിക്കുന്ന തട്ടം പതിയെ പുറകോട്ട് ഒന്ന് ചായും, അതിനു ഇടയിലൂടെ നീണ്ട കറുത്തുറ്റ മുടിയിഴകൾ അവളുടെ നെറ്റിയിൽ മെല്ലെ തലോടി ഒന്ന് വട്ടം വെക്കുമ്പോൾ ആ മുടിയിഴകൾ തന്റെ മൃദു ആയ നീളൻ കൈ വിരലുകൾ കൊണ്ട് ചെവിക് പിന്നിലേക്ക് കോതി ഒതുക്കി, തട്ടം നേരെയാക്കി തിരിഞ്ഞു എന്നെ ഒന്ന് നോക്കുന്ന ഒരു നോട്ടമുണ്ട്. കടലോളം സ്നേഹമുള്ളൊരു നോട്ടം.

ജീവിതത്തിൽ ഇതുവരെ ഒന്നും ആവാതെ, ബാധ്യതകളും പ്രശ്നങ്ങളും മാത്രം സമ്പാദ്യമായി ഉള്ള എനിക്ക് ഈ കാഴ്ച നൽ

കുന്ന അനുഭൂതി ഒന്ന് വേറെ തന്നെയായിരുന്നു. ആ തടി ബെഞ്ചിൽ മരണപുക വലിച്ചിരിക്കുന്ന എനിക്ക് ഈ ലോകത്തെ ഏറ്റവും ഭാഗ്യവാൻ ഞാൻ ആണെന്ന് തോന്നുന്ന നിമിഷം. അമൂല്യമായ നിധി സ്വന്തമായുള്ള ഒരു സുൽത്താനെ പോലെ, ഒരാൾക്ക് സ്വന്തമായി ഏറ്റവും വിലപ്പെട്ട ഒന്നുണ്ടെന്ന ബോധം പോലെ.

എന്റെ നിധി.

മെഹർ.

മെഹർ യാസ്മിൻ അലി.

പക്ഷേ ഇന്നത്തെ ദിവസം ഒരു ചെറിയ വ്യത്യാസമുണ്ടായിരുന്നു. ഞങ്ങളിരുവരുടെയും കണ്ണുകൾ ചുവന്നു കലങ്ങിയിരുന്നു. വൈകുന്നേരം വരെ ഓഫീസിൽ ആരും കാണാതെ പിടിച്ചു വെച്ചിരുന്ന കണ്ണീർ, പണി കഴിഞ്ഞ് തിരിച്ചെന്റെ പഴയ മാരുതി കാറിൽ കയറിയപ്പോൾ അങ്ങ് അണപൊട്ടി. അവൻ ആയിരുന്നല്ലോ ഞങ്ങളുടെ പ്രണയത്തിന് എപ്പോഴും സാക്ഷിയായിരുന്നത്.

ആറ് മാസത്തെ ട്രെയിനിംഗ് കാലാവധി കഴിഞ്ഞു, ഞങ്ങൾ തിരിച്ചു പോകുകയാണ്. ഇവിടെ ഇതുവരെ ക്യാഷ് കൊടുത്താണ് കഴിഞ്ഞത്. പുതിയ രണ്ടു പേരെ കൂടി ഹയർ ചെയ്യാൻ അവർക്കിപ്പോൾ താൽപര്യമില്ല. അപ്പോൾ ഇനിയെന്നു കാണുമെന്നു പോലും അറിയില്ല. അവൾ മലപ്പുറത്തേക്കും, ഞാൻ കോട്ടയത്തേക്കും. അതിനു മുൻപായി ഒരിക്കൽ കൂടി വന്നതാണ് ഞങ്ങളുടെ പ്രിയപ്പെട്ട സലോമി ചേച്ചിയുടെ കടയിൽ. ഒരു ചായക്കും ഒരു സിഗററ്റിനും വേണ്ടി.

പക്ഷേ ഇന്ന് ഞാൻ പുകവലിക്കുമ്പോൾ അവൾ മുന്നോട്ട് മാറി നിന്നില്ല. എന്റെ കൈ മുറുക്കെ പിടിച്ചു കൂടെ തന്നെയിരുന്നു.

ഒന്നും മിണ്ടാതെ.

അസ്തമയസൂര്യൻ യാത്ര പറയുന്നതുപോലെ, അവളുടെ തുടുത്ത കവിളിൽ സ്വർണവിരലുകളാൽ ഒന്ന് തലോടുന്നുവെന്ന്

തോന്നി. ആ വെളിച്ചത്തിൽ, കണ്ണുനീർ തിങ്ങിനിന്ന അവളുടെ ഇളം തവിട്ടു കണ്ണുകൾ നിശ്ശബ്ദമായി തിളങ്ങി. ഒന്നും പറയാതെ തന്നെ അവൾ എല്ലാം പറഞ്ഞു.

"ഇനിയെന്നാ കാണുക?"

നിഷ്കളങ്കമായ ആ ശബ്ദത്തിൽ അവൾ മെല്ലെ ചോദിച്ചു.

"ഞാൻ വരും മേഹ... നീ പേടിക്കണ്ട.

"നമുക്ക് അടുത്ത കമ്പനിയിൽ ഉടനെ കൊടുക്കാം."

അവൾ എന്റെ കൈയിൽ, വേദനിപ്പിക്കാതെ, ഒരു ചെറുനുള്ള് തന്നു.

"ഇന്നോട് ഞാൻ പറഞ്ഞിട്ടില്ലേ, എന്നെ അങ്ങനെ വിളിക്കല്ലെന്ന്."

അവൾ ദേഷ്യപ്പെടുമ്പോൾ അവളുടെ സംസാരത്തിൽ ഒരു മാറ്റമുണ്ടാകും. വാക്കുകൾക്ക് ഒന്ന് നീട്ടം കൂടും. ശബ്ദം അല്പം ഒന്ന് കനക്കും.

"നിന്നെ എല്ലാരും അങ്ങനെ തന്നല്ലേ വിളിക്കുന്നേ. പിന്നെ ഞാൻ വിളിക്കുന്നതിനു മാത്രം എന്താ പ്രശ്നം?"

"അങ്ങനെ എല്ലാരും വിളിക്കുന്നപോലെ ഇയ് എന്നെ വിളിക്കണ്ട.

മൊയന്തേ എന്നെ എങ്ങനെ വിളിക്കണമെന്നാ ഞാൻ പറഞ്ഞുതന്നിട്ടുള്ളത്."

ഒരു കുസൃതി ചിരിയോടെ അവൾ ചോദിച്ചു.

പുഞ്ചിരിച്ചു കൊണ്ട് ഞാൻ പറഞ്ഞു

"യാസ്മി."

എന്റെ മറുപടി കേട്ട മാത്രയിൽ അവൾ എന്റെ കൈ ഒന്നു കൂടി മുറുകെ പിടിച്ചു.

"ഇയ് മാത്രം എന്നെ ഇങ്ങനെ വിളിച്ചാൽ മതി. വേറാരും വേണ്ട."

അങ്ങനെ പറഞ്ഞ് അവൾ എന്റെ തോളിൽ ചാഞ്ഞു. ഞാനും ആ നിമിഷത്തിൽ പതുക്കെ അലിഞ്ഞുപോയി.

അൽപനേരം ഒന്നും പറയാതെ ഇരുന്നു. പിന്നെ, ആ നിശ്ശ

ബ്ദത മുറിച്ചുകൊണ്ട് അവൾ ചോദിച്ചു.

"ഡേവി ... ഇയ് എനിക്ക് എന്താടാ മെഹർ തരുന്നേ?"

"മെഹറോ?"

"അത് നിന്റെ പേരല്ലേ..."

അവൾ ഒന്നു ചിരിച്ചു.

"എന്റെ പേരിന്റെ അർത്ഥം പോലും നിനക്ക് ഇത്ര നാളായി അറിയില്ലേ?

മെഹർ എന്ന് പറഞ്ഞാൽ നിക്കാഹിൽ വരൻ വധുവിന് നൽകുന്ന സമ്മാനമാണ്."

"എന്ത്... സ്ത്രീധനം പോലെയോ?"

അത് കേട്ടതുമാത്രം അവൾക്ക് ഇഷ്ടമായില്ല. മുഖത്ത് ചെറിയ ദേഷ്യം വന്നു.

"സ്ത്രീധനം പോലൊന്നുമല്ല... പോടാ.

എനിക്ക് ധനവും പണവും പണ്ടവും ഒന്നും വേണ്ട."

അവൾ എന്റെ കൈ പിടിച്ചുകൊണ്ട് തന്നെ പറഞ്ഞു

"എപ്പോഴും എന്നെ ഇങ്ങനെ തന്നെ ഇയ് സ്നേഹിച്ചാൽ മതി.

നീ നിന്നെ തന്നെയെനിക്ക് മെഹറായി തന്നാൽ മതി."

ഇത് പറയുമ്പോൾ അവളുടെ മുഖം ഒന്ന് ചുവന്നു.

ഒളികണ്ണിട്ട് എന്നെയൊന്ന് നോക്കി. പക്ഷേ ഞാനും അവളെ തന്നെ നോക്കിക്കൊണ്ടിരിക്കുകയാണെന്ന് അവൾ അറിഞ്ഞിരുന്നില്ല. അല്ലെങ്കിൽ അറിയാമായിരുന്നേക്കാം.

ഇന്നത്തെ ദിവസം ഞാൻ അവളിൽ നിന്ന് കണ്ണെടുത്തിട്ടില്ല. എത്ര കണ്ടാലും കൊതി തീരാത്തതുപോലെ.

"അതിന് മെഹറൊക്കെ സ്വീകരിച്ച് നിന്നെ എനിക്ക്, ഈ ഡേവിഡ് വർഗീസിന്, നിക്കാഹ് ചെയ്തു തരണമെങ്കിൽ, നിന്റെ ഉപ്പ വേറെ ജനിക്കണം."

ചിരിച്ചുകൊണ്ട് ഞാൻ പറഞ്ഞു. കേട്ടത് ഇഷ്ടമായില്ല എന്ന രീതിയിൽ അവൾ മെല്ലെ എന്റെ കൈ വിട്ടു.

"ഉപ്പയെ കുറിച്ച് പറയാതെടാ. അത് എനിക്ക് ഇഷ്ട്ടല്ലാട്ടോ"

"അല്ല, ഞാൻ കാര്യം പറഞ്ഞതല്ലേ, യാസ്മി... നിനക്ക് തോ

ന്നുണ്ടോ...?"

അവൾ ഒന്നും മിണ്ടാതെ വയലിലേക്കു നോക്കി ഇരുന്നു. എന്നെ നോക്കാതെ, എതിർദിശയിലേക്ക് നോക്കിക്കൊണ്ട് അവൾ അല്പം പരിഭവത്തോടെ പറഞ്ഞു

"അല്ലെങ്കിലും ഇയ്ക്ക് എല്ലാം തമാശയാണല്ലോ..

ഞാനും അങ്ങനെ തന്നെയാണോന്ന് ആർക്കറിയാം. ഇയ് വെറുതെയാ... എല്ലാം വെറുതെയാ..."

അവസാന വാക്കുകൾ പറഞ്ഞപ്പോൾ അവളുടെ ശബ്ദം ചെറുതായി ഒന്ന് ഇടറി.

പ്രായം ഇരുപത്തിമൂന്നായിട്ടും കുട്ടികളുടെ ശബ്ദമാണ് അവൾക്ക്. അത് ഇങ്ങനെ ഒന്നു ഇടറുന്നത് കേട്ടാൽ ആരുടേയും ചങ്ക് ഒന്ന് പിടയും. അപ്പോൾ, അവളെ ജീവനേക്കാൾ കൂടുതലായി സ്നേഹിക്കുന്ന എന്റെ കാര്യം പറയണോ.

പിണങ്ങി ഇരിക്കുന്ന അവളുടെ അരക്കെട്ടിൽ ഞാൻ മെല്ലെ ഒരു കൈ വെച്ചു. "വേണ്ട പോ" എന്ന് പറഞ്ഞ് അവൾ എന്റെ കൈ തട്ടി മാറ്റി.

ചെറിയ കുറ്റബോധത്തോടെ തന്നെയായിരുന്നു എന്റെ ശബ്ദം.

"യാസ്മി... സോറി. ഇനി ഞാൻ നിന്റെ ഉപ്പയെ കുറിച്ച് ഒന്നും പറയില്ല. നീ ക്ഷമിക്ക്."

അവളുടെ മുഖത്തെ ദേഷ്യം പതുക്കെ ഒഴിഞ്ഞു മെല്ലെ മുഖം തിരിച്ച്, ശബ്ദം താഴ്ത്തി അവൾ പറഞ്ഞു

"മൊയന്ത്..."

എത്ര വഴക്കായാലും ഇത്ര മാത്രം മതിയായിരുന്നു എന്നോടുള്ള ദേഷ്യം മാറാൻ. അത്രയ്ക്ക് നിഷ്കളങ്കമായിരുന്നു അവളുടെ മനസ്സും, എന്നോടുള്ള സ്നേഹവും. ഒരു പാവം ശുദ്ധാത്മാവ്.

ആരൊക്കെ എന്തൊക്കെ പറഞ്ഞാലും, ഉപ്പ എന്നാൽ അവൾക്ക് ജീവൻ തന്നെയായിരുന്നു. എന്നോടുള്ള പ്രണയം അവളുടെ മനസ്സിൽ ആദ്യം മൊട്ടിട്ടപ്പോഴും, അത് അവൾ പറഞ്ഞതും ഉപ്പയെ ചേർത്തുകൊണ്ടായിരുന്നു.ആ താരതമ്യം അത്ര

മനോഹരവും നിഷ്കളങ്കവും ആയിരുന്നു.

ആ ദിവസം ഞാൻ ഒരിക്കലും മറക്കില്ല. യഥാർത്ഥ പ്രണയത്തിന്റെ വാതിൽപ്പടി എനിക്കായി തുറന്ന ദിവസം.

ഒരിക്കൽ ക്ലാസ് കഴിഞ്ഞ്, ഒരു അത്യാവശ്യത്തിന് മെഹർ വീട്ടിലേക്ക് പോകാൻ നിന്ന ദിവസം. നിർഭാഗ്യവശാൽ അല്ലെങ്കിൽ ഞങ്ങളുടെ ഭാഗ്യവശാൽ അന്ന് ഒരു പ്രൈവറ്റ് ബസ് സമരം ആയിരുന്നു.

ആ കലാലയത്തിൽ എല്ലാവരോടും സൗഹൃദം പുലർത്തിയിരുന്ന ഞാൻ, മെഹറിനോടും നല്ല സൗഹൃദം തന്നെയായിരുന്നു. കോളേജ് യൂണിയന്റെ ഒരു ആവശ്യത്തിന് യൂണിവേഴ്സിറ്റിയിലേക്ക് പോകാൻ ഞാൻ തയ്യാറെടുക്കുമ്പോൾ, അവളുടെ മുഖം വല്ലാതെ ഇരിക്കുന്നതു കണ്ടു. എന്താ പറ്റിയതെന്ന് ഞാൻ ചോദിച്ചറിഞ്ഞു. കാര്യം മനസ്സിലായപ്പോൾ പറഞ്ഞു,

"ഞാൻ യൂണിവേഴ്സിറ്റിയിലേക്കാണ് പോകുന്നത്, എന്റെ കൂടെ വരുന്നോ?

അവിടെ നിന്ന് KSRTC സ്റ്റാൻഡിന് അധിക ദൂരമില്ല. ബസ് കിട്ടും."

അതേ സമയം KSRTC ലേക്ക് വിളിച്ച് അന്വേഷിച്ചപ്പോൾ, മലപ്പുറത്തേക്ക് ഇനി ആറു മണിക്കേ ബസ് ഉള്ളൂവെന്ന് അറിഞ്ഞു.

"ഇപ്പോൾ സമയം മൂന്നു.ഇഷ്ടം പോലെ സമയം ഉണ്ടല്ലോ. എന്റെ കൂടെ യൂണിവേഴ്സിറ്റിക്ക് വാ.

അവിടുത്തെ പരിപാടിയും കഴിഞ്ഞ്, ഒരു ചായയും കുടിച്ച്, ഞാൻ മെഹറിനെ സ്റ്റാൻഡിൽ കൊണ്ടാക്കാം."

അവൾക്ക് വരണമെന്ന് നല്ല ആഗ്രഹമുണ്ടെന്ന് എനിക്ക് മനസ്സിലായി. പക്ഷേ എന്തോ ഒന്ന് അവളെ പിന്നിൽ നിന്ന് വലിക്കുന്നതുപോലെ.

"ഇല്ല ഡേവിഡ് പൊക്കോളൂ തിരക്കുള്ളതല്ലേ..."

"ഇപ്പോ ഇതും എന്റെ തിരക്കിൽ പെടുന്നതേ ഉള്ളൂ, മെഹർ, ധൈര്യമായിട്ട് വാ. യൂണിവേഴ്സിറ്റി അകത്ത്ഇതുവരെ കണ്ടിട്ടില്ലല്ലോ. ഇപ്പൊ ദേ, മഴക്കാറും ഉണ്ട്. ഈ സമയത്ത് അവിടം ഒരു

സ്വർഗ്ഗലോകം പോലെയാ.മുഴുവൻ മരങ്ങൾ, ബോഗെയ്ൻവില്ല പൂക്കൾ പിന്നെ അവിടുത്തെ ചായയും... ബീഫ് പരിപ്പ് വടയും."

"ബീഫ് പരിപ്പ് വടയോ...?

അതവിടെ കിട്ടുമോ?"

നിഷ്കളങ്കതയോടെ അവൾ ചോദിച്ചു.

"വാ... ഞാൻ വാങ്ങിത്തരാം. അവിടെ ചെറിയ പരിപാടിയേ ഉള്ളൂ. പെട്ടെന്ന് തീരും. അത് കഴിഞ്ഞ് യൂണിവേഴ്സിറ്റി മുഴുവൻ കാണിച്ചുതരാം. മെഹർ... വാ. എന്തായാലും ഇനി ആറു മണിക്കല്ലേ ബസ് ഉള്ളൂ."

അങ്ങനെ അവൾ ആദ്യമായി എന്റെ മാരുതി കാറിലേക്ക് കാൽ വെച്ചു. അവൻ സാക്ഷിയായ ആദ്യ നിമിഷം. അന്ന് ഞാനും അവനും ഒരിക്കലും കരുതിയിരുന്നില്ല, ഈ പെൺകുട്ടി എന്നെയും എന്റെ ജീവിതവും അക്ഷരാർത്ഥത്തിൽ മാറ്റിമറിക്കുമെന്ന്.

പോകുന്ന വഴിക്ക് ഞങ്ങൾ ആദ്യമായി മനസ്സുതുറന്ന് സംസാരിച്ചു. കോളേജിലെ രാഷ്ട്രീയം, സിനിമ, കഥകൾ, കവിതകൾ, സൗഹൃദം, പഠനം, ഭാവികാര്യങ്ങൾ. ഞാൻ അറിയാതെ തന്നെ എന്റെ നാവ് നിൽക്കാതെ സംസാരിച്ചു കൊണ്ടിരുന്നു. എന്റെ കണ്ണുകൾ ഇമചിമ്മാതെ അവളെ നോക്കിക്കൊണ്ടിരുന്നു. എന്റെ കാതുകൾ ശ്രദ്ധയോടെ അവളുടെ മനോഹരമായ ശബ്ദം ശ്രവിച്ചുകൊണ്ടിരുന്നു.

എല്ലാം സ്വാഭാവികമായി, തനിയെ നടക്കുകയായിരുന്നു. ഞാൻ മനപ്പൂർവം ഒന്നും ചെയ്തില്ല. മനസ്സിനുള്ളിൽ എന്തോ ഒരു പുതിയ അനുഭവം. യൂണിവേഴ്സിറ്റി റോഡിൽ കയറിയപ്പോൾ, സമയത്തിന് ഇത്രയേ ആയുസ്സുണ്ടായിരുന്നുള്ളോ എന്നെനിക്ക് തോന്നിപ്പോയി. പോയത് അറിഞ്ഞതേയില്ല.

അങ്ങനെ അന്ന് ഞങ്ങൾ യൂണിവേഴ്സിറ്റി മുഴുവൻ കറങ്ങി. അവിടുത്തെ പഴയ ബെഞ്ചിൽ ഇരുന്നു ചായ കുടിച്ചു സംസാരിച്ചു. ബീഫ് പരിപ്പ് വട ആദ്യമായി കണ്ട സന്തോഷത്തിൽ അവൾ വീണ്ടും മേടിച്ച് കഴിച്ചു. വാകമരച്ചോട്ടിൽ കുറെ നേരം ഇരുന്നു.

ഏക്കർ കണക്കിന് പരന്നുകിടക്കുന്ന യൂണിവേഴ്സിറ്റി പരിസരം മുഴുവൻ ഞങ്ങൾ കറങ്ങി നടന്നു, ഒരുപാട് സംസാരിച്ചു.

ഞാൻ പോലും അറിയാതെ, അവളോട് ഞാൻ ഒട്ടേറെ അടുത്തിരുന്നു.

പെട്ടെന്ന് അവളുടെ വീട്ടിൽ നിന്നൊരു ഫോൺ വന്നപ്പോഴാണ് സമയം അഞ്ചേമുക്കാൽ ആയെന്ന് ഞങ്ങൾ അറിഞ്ഞത്. മെഹറിന്റേത് യാഥാസ്ഥിതികമായ ഒരു കുടുംബം ആയിരുന്നു. ഈ സമയത്ത് എന്റെ കൂടെയാണെന്ന് വീട്ടിൽ അറിഞ്ഞാൽ പിന്നെ അത് മതി. അവൾ ബസ് സ്റ്റാൻഡിൽ ബസ് നോക്കി നിൽക്കുകയാണെന്ന് പറഞ്ഞു പെട്ടെന്ന് ഫോൺ വെച്ചു.

കള്ളം തന്നെയായിരുന്നു. പക്ഷേ അതിൽ കളവൊന്നുമില്ല. പേടിയായിരുന്നു. അത്ര മാത്രം.

അത്ര നേരം ഒരു കൊച്ചു കുട്ടിയെപ്പോലെ ചിരിച്ചു കളിച്ചു നിന്ന അവളുടെ മുഖം, ഫോൺ വെച്ചതോടെ നന്നേ വാടിപ്പോയി. ആ മാറ്റം എനിക്ക് സഹിക്കാനായില്ല. ആറ് മണിക്ക് കൊണ്ടുവിടാം എന്ന് പറഞ്ഞത് കൊണ്ടാണ് എന്നെ വിശ്വസിച്ച് ആ കുട്ടി വന്നത്. ഇനി ആ ബസ് കിട്ടിയില്ലെങ്കിൽ, വീട്ടിൽ അടുത്ത പ്രശ്നം ഉറപ്പ്. അത് അവൾക്കും എനിക്കും ഒരുപോലെ അറിയാമായിരുന്നു.

രണ്ടും കൽപ്പിച്ച് ഞാൻ വണ്ടി എടുത്തു. സ്റ്റിയറിങ്ങിൽ കൈ വെച്ചപ്പോൾ, മനസ്സിൽ തന്നെ മെല്ലെ പറഞ്ഞു "എങ്ങനെയെങ്കിലും കൊണ്ടെത്തിച്ചേക്കണേടാ."

മെഹറിന്റെ കണ്ണുകൾ പതുക്കെ നിറഞ്ഞു. അവൾ ഒന്നും മിണ്ടിയില്ല. താഴേക്ക് നോക്കി ഇരുന്നു, ഉള്ളിലെ ഭാരം ഒറ്റയ്ക്ക് ചുമക്കുന്നത് പോലെ. ആ വിഷമം എന്നോളം പ്രായമുള്ള എന്റെ വയസ്സൻ മാരുതിക്കുപോലും തോന്നിയിരിക്കണം. അതുകൊണ്ടാവാം, അന്ന് അവൻ ഒന്ന് പടക്കുതിരയായത്. വളവും തിരിവുമൊക്കെ അവൻ സ്വയം തിരിച്ചറിഞ്ഞ് പാഞ്ഞുപോകുന്നതുപോലെ എനിക്ക് തോന്നി.

അവളുടെ വിഷാദം ഒന്ന് മയപ്പെടുത്താൻ, ഞാൻ സംസാരി

ച്ച തുടങ്ങി. ഇതുവരെ മറുപടി പറയാതെ ഒഴിവാക്കിയിരുന്ന ആ ചോദ്യം... ഞാൻ വീണ്ടും ചോദിച്ചു.

"എന്താ പെട്ടെന്നു വീട്ടിൽ പോവാൻ? എന്താ വിശേഷിച്ചു, അത് ഇതുവരെ പറഞ്ഞില്ലല്ലോ"

"ഒന്നൂല്ല". ചെറിയ മടിയോടെ അവൾ പറഞ്ഞു.

പറയാൻ താല്പര്യമില്ല എന്നത് കൊണ്ടാണെന്നു എനിക്ക് മനസിലായി. ബസ് കിട്ടിയില്ലെങ്കിൽ എനിക്കും അത് നല്ല കുറ്റ ബോധം ആവും, പക്ഷെ എങ്ങനെയൊക്കെയോ ഇവൻ പെട്ടെന്ന് എത്തിക്കുന്നുണ്ടായിരുന്നു. ഒടുവിൽ 6 മണിക്ക് തന്നെ സ്റ്റാൻഡിൽ എത്തി. മെഹർ വെളിയിൽ ഇറങ്ങിയപ്പോഴേക്കും ഞാൻ ഓടി ഓഫീസിൽ എത്തി ബസിന്റെ വിവരം അന്വേഷിച്ചിരുന്നു, എന്തോ ഭാഗ്യത്തിന് ഇതുവരെ എത്തിയിട്ടില്ല. ഇതറിഞ്ഞപ്പോൾ മെഹറിന്റെ മുഖത്തു അവസാനം ഒരു തെളിച്ചം വന്നു.അത് കണ്ടപ്പോഴാണ് എനിക്ക് ഒരു സമാധാനം ആയതു. മരച്ചുവട്ടിൽ പാർക്ക് ചെയ്തിരുന്ന എന്റെ മാരുതിക്കും.

സ്റ്റാൻഡിൽ ഒരു സ്റ്റീൽ കസേര മാത്രം ഒഴിഞ്ഞു കിടപ്പുണ്ടായിരുന്നു. മെഹറിന്റെ ബാഗ് ഞാൻ എന്റെ കൈയിലേക്ക് മേടിച്ചു അവളെ അവിടെ ഇരുത്തി.

ഞാൻ ഒരു തൂണിൽ ചാരി നിന്നു. എന്തോ, ഇതുവരെ തോന്നാത്ത എന്തൊക്കെയോ മനസ്സിലൂടെ കടന്നു പോവുന്നത് പോലെ.

ഒരു സന്തോഷം. പക്ഷെ എപ്പോഴും ഉള്ളത് പോലെയല്ല, കൂട്ടുകാരുടെ കൂടെ ഇരിക്കുമ്പോഴും എനിക്ക് ഇതേ സന്തോഷം തന്നെയാണ്, പക്ഷെ ഇപ്പോൾ തോന്നുന്നത് അതിൽ നിന്നൊക്കെ വ്യത്യാസമുള്ള എന്തോ ഒന്ന്, ഈ ദിവസം കഴിയണ്ടായിരുന്നു എന്ന് തോന്നി പോവുന്നു. ഇനി ഇതാണോ പ്രണയം? ഒരു ദിവസം അടുക്കുമ്പോഴേക് പ്രണയം തോന്നുമോ? ഒരുപാട് ചോദ്യങ്ങൾ.

ഞാൻ സ്വയം പുഞ്ചിരിക്കുക ആയിരുന്നു എന്ന് ഞാൻ ഇപ്പോഴാണ് തിരിച്ചറിയുന്നത്, ഞാൻ തിരിഞ്ഞു ഒന്ന് കൂടെ

നോക്കി. ആ സ്റ്റീൽ കസേരയിൽ അവൾ ഇല്ല. അവൾ എന്റെ തൊട്ട് അടുത്ത് തന്നെ ഒരു കൊച്ചു കുട്ടിയെ പോലെ കയ്യും കെട്ടി താഴേക്ക് നോക്കി നിൽക്കുന്നുണ്ടായിരുന്നു, അവളുടെ മുഖത്തും ഒരു ചിരിയുണ്ടോ, അതോ എനിക്ക് തോന്നിയതാണോ?

"എന്ത് പറ്റി മെഹർ ? ഇരിക്കുന്നില്ലേ?"

"വേണ്ട, ഞാൻ ഈടെ നിന്നോളാ " പതിഞ്ഞ താളത്തിൽ അവൾ പറഞ്ഞു,

എന്ത് പറയാനാ വന്നതെന്ന് എനിക്ക് ഇപ്പോഴും അറിയില്ല, പക്ഷെ ഞാൻ പറയാൻ തുടങ്ങിയപ്പോഴേക്കും അത് തടസ്സപെടുത്തികൊണ്ട് മലപ്പുറത്തേക്കുള്ള ബസ് ഹോൺ അടിച്ചു സ്റ്റാൻഡിലേക്ക് വന്നു. പെട്ടെന്നുള്ള ഒറ്റബുദ്ധിയിൽ ബസിൽ കയറി മലപ്പുറം വരെ കൂടെ പോയാലോന്ന് വരെ എനിക്ക് തോന്നി പ്പോയി. എൻ്റെ കൈയിലുള്ള ബാഗ് തിരിച്ചു മേടിച്ചു അവൾ ബസിനു അടുത്തേക്ക് നടന്നു, ഞാനും വാതില്പടി വരെ കൂടെ ചെന്നു.

എന്തോ, വിട്ടു പോവാൻ ഒരു മടി.

നടക്കുമ്പോൾ അവൾ എന്നോടായി ചെറുപുഞ്ചിരിയോടെ പറഞ്ഞു,

"ഇന്റെ കൂടെ ഉള്ളപ്പോൾ എനിക്ക് എന്റെ ഉപ്പാടെ കൂടെ നിക്കുന്ന പോലെ തോന്നുന്നു ഡേവിഡ്, അതേ സുരക്ഷിതത്വവും ആശ്വാസവും."

ആരുടെ മുന്നിലും വാചാലൻ ആവുന്ന എനിക്ക് പെട്ടെന്ന് വാക്കുകൾ ഒന്നും പുറത്തേക്ക് വന്നില്ല, സന്തോഷം കൊണ്ടാവാം.

ഒരു ടാറ്റ തന്നു ബസിന്റെ പടിയിൽ കയറി അവൾ അകത്തേക്ക് കയറി ഒരു സൈഡ് സീറ്റ് പിടിച്ചിരുന്നു, ഞാൻ ബസിനു പുറത്തു ആ സീറ്റിനു അടുത്തായി ചെന്ന് നിന്നു, ഒരു യാത്ര പറയാൻ.

മെഹർ എന്തോ ഒരുപാട് ആലോചിക്കുന്ന പോലെ എനിക്ക് തോന്നി. ഒടുവിൽ പതിഞ്ഞ സ്വരത്തിൽ പറഞ്ഞു.

"ഡേവി. വീട്ടിൽ എന്റെ ഉമ്മാക്ക് ഒരു കുഞ്ഞു കൂടെ ഉണ്ടായി,

റൂഹ്

എനിക്ക് ഒരു അനിയത്തി.

എനിക്ക് ഇത് ആരോടെങ്കിലും പറയാൻ ഒരു മടി പോലെ, ഡേവിഡിനോട് പറയുന്നതിൽ കുഴപ്പം ഒന്നും തോന്നുന്നില്ല, അതിനാ ഞാൻ പോണേ."

അവളുടെ മുഖത്തു ഒരു ജാള്യത നിഴലിച്ചിരുന്നു എങ്കിലും എനിക്ക് ഇതിൽ അസ്വാഭാവികത ഒന്നും തന്നെ തോന്നിയില്ല. അമ്മ ആവാനും അപ്പൻ ആവാനും സഹോദരി ആവാനുമൊന്നും പ്രായപരിധി ഒന്നുമില്ലല്ലോ.

"ആഹാ എന്നിട്ടാണോ പറയാഞ്ഞേ, മെഹറിനെ പോലെ തന്നെ മറ്റൊരു മാലാഖ കുട്ടി കൂടെ വന്ന ദിവസമല്ല, പോയി ആഘോഷിച്ചിട് വാ."

ഒരു പരിഹാസച്ചിരി പ്രതീക്ഷിച്ചിടത് ഇങ്ങനൊരു മറുപടി അവൾ പ്രതീക്ഷിച്ചിരുന്നില്ല.

ആ കുഞ്ഞു മുഖം മുഴുവൻ നിറയുന്ന തരത്തിലെ ഒരു ചിരി തന്നു അവൾ എന്നെ നോക്കി.ആ മുഖം മെല്ലെ ചുവന്നിട്ടുണ്ടായിരുന്നു. ചെറിയ നാണത്തോടെ അവൾ പറഞ്ഞു.

"ഞാൻ പോയിട്ട് വരാം."

അന്ന് തിരിച്ചു വണ്ടി ഓടിച്ചു പോവുമ്പോൾ ആണ് എന്റെ വീട്ടിലേക്ക് ഇത്രയും ദൂരം ഉണ്ടെന്നു ഞാൻ ആദ്യമായി അറിഞ്ഞത്, മഴക്കാറിനു ഇത്രയും ഭംഗി ഉണ്ടെന്നും.

ഞാൻ ഇതിനും മുന്നേ എത്രയോ തവണ ഈ വഴികൾ വന്നിരിക്കുന്നു. ഇതുവരെ തോന്നാത്ത ഒരു സൗന്ദര്യം, ഈ റോഡിനും മരങ്ങൾക്കും പൂക്കൾക്കുമെല്ലാം. കാറിൽ ഇപ്പോഴും അവളുടെ അത്തറിന്റെ മണം നില നിൽക്കുന്നുണ്ടായിരുന്നു, അതിലൂടെ അവളുടെ സാന്നിധ്യവും. ഇങ്ങനെ ഒരു തോന്നലോ വികാരമോ എനിക്ക് ഇതിനു മുൻപേ വന്നിട്ടില്ല. സ്വയം പുഞ്ചിരിച്ചുകൊണ്ട് ഞാൻ എന്നോട് തന്നെ പറഞ്ഞു.

"മെഹർ യാസ്മിൻ അലി. നിന്നോട് ഞാൻ അഗാധമായ പ്രണയത്തിൽ അകപ്പെട്ടിരിക്കുന്നു."

2

വീട് കോളേജിന് അടുത്തായിരുന്നെങ്കിലും, ഞാൻ കൂടുതൽ സമയവും ചെലവഴിച്ചിരുന്നത് എന്റെ കൂട്ടുകാർ വാടകക്ക് എടുത്തിട്ടിരുന്ന വീട്ടിൽ ആയിരുന്നു.

ഹരി, ഷാഹുൽ, അരവിന്ദ്,അശ്വിൻ, ഒരു മറുവാക്ക് പോലും ചോദിക്കാതെ എന്തിനും ഏതിനും ഒരുമിച്ചിറങ്ങുന്ന എന്റെ പ്രിയ സുഹൃത്തുകൾ. ഇന്ന് പക്ഷെ അവിടെ ഹരി മാത്രമേ ഉണ്ടായിരുന്നുള്ളു. പിജി ക്ക അവസാന വർഷം പഠിക്കുന്ന ഹരി എനിക്ക് ഒരു മൂത്ത സഹോദരനെ പോലെയായിരുന്നു. എന്നെ പോലെ തന്നെ ചിന്തിക്കുന്ന എന്റെ ഏറ്റവും അടുത്ത കൂട്ടുകാരിൽ ഒരാൾ. കൂടാതെ അസാധ്യ കലാകാരനും. അവൻ വരച്ച ക്യാൻവാസുകൾ കൊണ്ട് ആ വീട് നിറഞ്ഞിരുന്നു. എല്ലാത്തിന്റെയും ആശയം പ്രണയം തന്നെ,പക്ഷെ ഇപ്പോൾ ഒരു പ്രണയനൈരാശ്യവുമായി ആകെ വിഷാദഭാവത്തിലാണ്. ഇത് അവനോടല്ല പറയേണ്ടത് എന്നറിഞ്ഞിട്ട് കൂടി എന്റെ സന്തോഷവും ആവേശവും കാരണം മെഹറിന്റെ കാര്യം ഞാൻ ഹരിയോട് പറഞ്ഞു.

പക്ഷെ തകർന്നിരിക്കുന്ന അവനിൽ നിന്നും ഞാൻ പ്രണയത്തിന്റെ മറ്റൊരു വ്യാഖ്യാനമാണ് കേട്ടത്.

കുറച്ചു മദ്യപിച്ചിരുന്നിരുന്ന അവൻ എന്നോട് നിസ്സംഗതയോടെ പറഞ്ഞു.

"പ്രണയത്തിൽ തോറ്റിരിക്കുന്ന ഞാൻ നിനക്കു എന്ത് പറയാനാടാ "

അപ്പോഴാണ് എനിക്ക് ഞാൻ ചെയ്ത തെറ്റ് മനസിലാവുന്നത്, മനസ്സിന്റെ വേദന മറക്കാൻ മദ്യത്തെ ആശ്രയിച്ച അവനെ ഞാൻ വീണ്ടും ആ വേദനയുടെ കുഴിയിലേക്ക് തള്ളിയിടുന്നത് പോലായി, ഒരു നിമിഷം ഞാൻ സ്വാർത്ഥനായി പോയി, ഞാൻ അവനോട് ക്ഷമ ചോദിച്ചു.

റൂഹ്

അവൻ നാക്ക് മെല്ലെ കുഴഞ്ഞുകൊണ്ട് എന്നോട് പറഞ്ഞു.

"ഹാ നീയെന്തിനാടാ എന്നോട് ക്ഷമ ചോദിക്കുന്നെ, സ്വാർത്ഥത കാരണമോ?

അങ്ങനെ നോക്കിയാൽ എല്ലാരും എപ്പോഴും ക്ഷമ ചോദിച്ചോണ്ടിരിക്കേണ്ടി വരും.

ഡേവിയെ, പ്രണയം പോലും ഒരു സ്വാർത്ഥത അല്ലേടാ. നമ്മൾ ഒരാളെ പ്രണയിക്കുമ്പോൾ അതിൽ നിന്ന് നമുക്ക് കിട്ടുന്ന അനുഭൂതിയിൽ അല്ലെ നമ്മൾ സന്തോഷിക്കുന്നത്, അതൊരു സ്വാർത്ഥത തന്നല്ലേ, നീയിപ്പോ ഒരു മാസമായി എല്ലാ ദിവസവും മെഹറിനെയും കൂട്ടി യൂണിവേഴ്സിറ്റിയിൽ പോവാറില്ലേ, അതെന്തിനാ? പ്രണയം പൂക്കുമ്പോൾ നിന്റെ മനസ്സ് തുളുമ്പുന്ന വികാരം വീണ്ടും വീണ്ടും അനുഭവിക്കാൻ അല്ലെ,അവൾ സന്തോഷിക്കുന്നത് കാണുമ്പോൾ നിന്റെ മനസ്സിൽ സന്തോഷം ഉണ്ടാവാൻ അല്ലെ.അവിടെയും അടിസ്ഥാനപരമായ സന്തോഷം നിന്റേത് തന്നെ. മനുഷ്യർ എല്ലാരും സ്വാർത്ഥർ ആടാ. അതൊരിക്കലും ഒരു കുഴപ്പമല്ല,അത് നമ്മുടെ ചോരയിൽ ഉള്ളതാ."

എന്ത് പറയണം എന്നറിയാതെ ഞാൻ ഹരി പറയുന്നതും കേട്ടിരുന്നു. മേശവലിപ്പിൽ ഇരുന്നിരുന്ന പാതി തീർത്ത മദ്യക്കുപ്പി എടുത്തു മുകളിൽ വെച്ച്, പോക്കറ്റിൽ നിന്നും രണ്ടു സിഗരറ്റ് എടുത്തു അതൊരുമിച്ച് കത്തിച്ച് എനിക്കും ഒരെണ്ണം നീട്ടി കൊണ്ട് ഹരി തുടർന്നു.

"പക്ഷെ ഡേവി, നീ പ്രണയിക്കണം. പ്രണയിക്കാതെ ഒരു മനുഷ്യന്റെ ജീവിതം പൂർത്തി ആവില്ല."

ഞാൻ ചെറുതായി ഒന്ന് പുഞ്ചിരിച്ചു. അതിനു മറ്റൊരു അർഥം കണ്ടെത്തിക്കൊണ്ട് ഹരി പറഞ്ഞു.

"നീ ചിരിച്ചത് എന്തിനാണെന്ന് എനിക്ക് അറിയാം, പ്രണയിച്ചിട്ട് ഇപ്പൊ എന്റെ ഗതി കണ്ടിട്ടല്ലേ, എടാ ഞാൻ പ്രണയത്തിൽ തോറ്റു പോയി, സത്യം തന്നെയാ. പക്ഷെ ഞാൻ ഇപ്പോഴും ഒരു കാമുകൻ തന്നെയാടാ. എനിക്ക് അതിനു ആരുടേയും

അനുവാദം വേണ്ട. ഒന്നുമില്ലേലും ഞാൻ ഒരു കലാകാരൻ അല്ലേടാ,ഇപ്പോ ഞാൻ ദേ പ്രണയം കണ്ടെത്തുന്നത് ഈ ക്യാൻവാസുകളിലൂടെയാ.അതിലൂടെ ഞാൻ വീണ്ടും സ്വയം മറന്നു പ്രണയിക്കും,അവളിൽ അലിഞ്ഞു ചേരും,പ്രണയത്തിന്റെ മറ്റൊരു തലം ഞാൻ വീണ്ടും കണ്ടെത്തും, എന്നിൽ ഉടലെടുക്കുന്ന അവളോടുള്ള സ്നേഹത്തിന്റെ അളവ് എന്റെ ഹൃദയത്തിനു താങ്ങാനാവാതെ അവ തുളുമ്പും.അത് എന്റെ ശരീരമാസകലം എല്ലാ നാടീ ഞരമ്പുകളിലും കോശങ്ങളിലും ഒരു മഹാവ്യാധി പോലെ പടർന്നു പിടിക്കും. ഈ ലോകത്തിലെ ഏറ്റവും വില കൂടിയ ഡ്രഗ്സ് നു പോലും തരാൻ കഴിയാത്ത ലഹരി ഞാൻ അതിലൂടെ കണ്ടെത്തും.”

ഒരു നിമിഷത്തെ നിശബ്ദതക്കു സമയം കൊടുത്തു ഒരു പുക എടുത്തു വൃത്താകൃതിയിൽ വിട്ടു കണ്ണ് താഴ്ത്തി ചെറിയ ചിരിയോടെ അവൻ പറഞ്ഞു.

“അങ്ങനെ പ്രണയത്തിന്റെ തീവ്രമായ നിർവൃതിയിൽ നിൽക്കുമ്പോൾ,ഈ ഭൂമി എന്റെ പ്രണയത്തിനു വേണ്ടിയാണു നിലകൊള്ളുന്നതെന്നു എനിക്ക് വീണ്ടും തോന്നുന്ന നിമിഷം, ഞാൻ ആ ക്യാൻവാസ് വലിച്ചു കീറും. എന്നിട് വീണ്ടും ഒന്നിൽ നിന്ന് തുടങ്ങും.”

ഹരിയുടെ ഈ ഭാവമാറ്റം കണ്ടു ഞാൻ തെല്ലൊന്നു ഭയന്നു. അവൻ ആകെ തകർന്നിരിക്കുക ആണെന്ന് എനിക്ക് മനസിലായി.എന്ത് പറഞ്ഞു ആശ്വസിപ്പിക്കണം എന്നും ഒരു പിടിയുമില്ല. കേൾക്കാൻ ഒരാളായി നിൽക്കുക എന്ന് മാത്രമേ എനിക്കിപ്പോൾ അവനു വേണ്ടി ചെയ്യാൻ ആവൂ,

“നിയെന്നാടാ ഇങ്ങനെയൊക്കെ പറയുന്നേ, നിനക്ക് ലഭിക്കാതെ പോയത് നിന്റെ കലയിലൂടെ എങ്കിലും സാധ്യമാക്കിക്കൂടെ?”

ചെറിയ അമർശത്തോടെയുള്ള എന്റെ ഈ ചോദ്യത്തിന് അവന്റെ മറുപടി നീട്ടിപ്പിടിച്ച ഒരു ഗ്ലാസ് റം ആയിരുന്നു, ഞാൻ അത് സ്വീകരിച്ചില്ല, ഹരി വീണ്ടും തുടർന്നു.

റൂഹ്

"എന്നാരു പറഞ്ഞു... അല്ല ആരെങ്കിലും ഇനി പറഞ്ഞിട്ടുണ്ടെങ്കിൽ തന്നെ എന്താ. ഞാൻ അത് അനുസരിക്കണോ?

എന്റെ പ്രണയവും എന്റെ കലയും, അതെന്റെ മാത്രം സ്വന്തം. അതെന്റെ ഇഷ്ടത്തിന് അല്ലെ ഞാൻ മുന്നോട്ട് കൊണ്ടുപോവേണ്ടത്. എന്റെ പ്രണയം എന്റെ സ്വകാര്യത അല്ലെ?

പെട്ടെന്ന് ചെറിയ തിരുത്ത് വരുത്തി കൊണ്ട്.

"അല്ലാ. ഞങ്ങളുടെ സ്വകാര്യത അല്ലെ? നിനക്ക് അതൊന്നും പറഞ്ഞാൽ മനസിലാവില്ല.»

"എങ്കിൽ നീ തന്നെ പറഞ്ഞു താ എനിക്ക്, പ്രണയം എന്താണെന്നു.അത് അറിഞ്ഞാൽ പിഴവുകൾ പറ്റാതെ എനിക്കും പ്രണയിക്കാമല്ലോ."

പൊട്ടിച്ചിരിച്ചുകൊണ്ട് ഹരി.

"ഡേവി...ഇതാ ഞാൻ പറഞ്ഞത് നിനക്കൊന്നും അറിയില്ലാന്നു. എടാ..ഈ പ്രണയം എന്ന് പറഞ്ഞാൽ അങ്ങനെ ഒരു വാചകത്തിൽ ഒതുക്കാൻ പറ്റുന്ന ഒന്നല്ല, അതിനു പല വ്യാഖ്യാനങ്ങളും ഉണ്ടാവും.

അതായത് എന്റെ പ്രണയം പോലെ ആവില്ല വേറൊരാളുടെ പ്രണയം.എങ്ങനാ പറഞ്ഞു തരുന്നേ... ആഹ് നമ്മടെ മാർട്ടിൻ ഇല്ലേ, ആർട്ട്സ് ക്ലബ് സെക്രട്ടറി. അല്ലങ്കിൽ നീ ആരെയെങ്കിലും ഉദാഹരണത്തിന് എടുത്തോ ഞാൻ എളുപ്പത്തിന് പറഞ്ഞെന്നെ ഉള്ളു.

ആഹ് അപ്പൊ മാർട്ടിൻ പ്രണയിക്കുന്നത് പോലെ ആയിരിക്കില്ല ഞാൻ പ്രണയിക്കുന്നത്. എന്നെ സംബന്ധിച്ച് അവന്റെ പ്രണയം എനിക്ക് അന്യമാണ്. അവനു എന്റേതും.രണ്ടും തികച്ചും വ്യത്യസ്തം ആയിരിക്കാം. അപ്പോൾ എങ്ങനെ നമുക്ക് പറയാൻ പറ്റും ഇതാണ് പ്രണയം എന്ന്.

പിന്നെ ഏറ്റവും പ്രധാനപ്പെട്ട കാര്യം, രണ്ട് പേർ പരസ്പരം പ്രണയിക്കുമ്പോൾ അവിടെ ഉണ്ടാവുന്ന ആ ഒരു പ്രതിഭാസം ,അതെന്തൊണെന്ന് ആർക്കും നിർവചിക്കാൻ പറ്റില്ല.അത് ആ രണ്ട് പേരെയും ആശ്രയിച്ചു ഇരിക്കും. ഞാൻ ഇതിനു മുന്നേയും

പ്രണയിച്ചിട്ടുണ്ട്. പക്ഷെ അവളുമായിട്ടുള്ള പ്രണയത്തിൽ എനിക്ക് കിട്ടിയ ഒരു അനുഭൂതി, ഒരു മനുഷ്യ മനസ്സിന്റെ ആഴവും ശേഷിയും എന്താണെന്നുള്ള തിരിച്ചറിവ് എനിക്ക് ലഭിച്ചു.

പക്ഷെ അത് ഞങ്ങളുടെ മാത്രം പ്രണയം.

ഇങ്ങനെ ഒക്കെയാണ് ഓരോ പ്രണയങ്ങളും വ്യാഖ്യാനിക്കപ്പെടുന്നത്. ഓരോ വ്യാഖാനവും ഓരോ വ്യക്തികളുടെ അനുഭവം മാത്രമാണ്.അത് പക്ഷെ അയാളുടെ മാത്രം അനുഭവം ആയിരിക്കും. മറ്റുള്ളവർക് അങ്ങനെ ആയിരിക്കണം എന്നില്ല. അതല്ലേ സത്യത്തിൽ പ്രണയത്തിന്റെ യഥാർത്ഥ ഭംഗി.

ഹരി പറയുന്നതെല്ലാം കേട്ടു നിന്നുകൊണ്ട് ശാന്തനായി ഞാൻ അവനോട് ചോദിച്ചു.

"എങ്കിൽ ഞാൻ ഒന്ന് ചോദിക്കട്ടെ. എന്താണ് നിന്റെ വ്യാഖ്യാനം?"

സിഗരറ്റ് മേശയിൽ ഇരുന്ന ആഷ് ട്രെയിൽ കുത്തി കെടുത്തി ചെറിയ പുഞ്ചിരിയോടെ ഹരി

"എന്റെയോ, എന്റെ വ്യാഖ്യാനങ്ങൾക്ക് കണക്കില്ലെടോ

അത്ര മാത്രം ഉണ്ട്."

അവൻ ഒന്ന് കണ്ണടച്ച ശേഷം,

"മറ്റൊരാളുടെ വിയർപ്പ് നമ്മുടെ സ്വന്തം വിയർപ്പ് ആണെന്ന് തോന്നുന്നതും ഒരു പ്രണയം ആണ്.എന്നുകരുതി ഇത് മാത്രം ആണെന്നല്ല..ഇതും പ്രണയം ആണ്. ഇങ്ങനെ ഒരുപാട് വ്യാഖ്യാനങ്ങൾ. അത്രമാത്രം ഞാൻ പ്രണയിച്ചിട്ടുണ്ട്. എങ്ങനെയൊക്കെ പ്രണയിക്കാമോ അങ്ങനെയൊക്കെ."

തഞ്ചത്തിൽ ഹരിയുടെ അടുത്തിരുന്ന മദ്യക്കുപ്പി മേശയുടെ മറുവശത്തേക്ക് മാറ്റിവെച്ചുകൊണ്ട് ഞാൻ ചോദിച്ചു

"ആഹ് പിന്നെ താൻ ഒരു കലാകാരൻ അല്ലെ. ഒരു കലാകാരനെ പ്രണയിച്ചാൽ അയാളുടെ കലയിലൂടെ ആ പ്രണയം അനശ്വരമായി തീരും. ഒരിക്കലും മരിക്കില്ല എന്നൊക്കെ അല്ലെ പറയാറ്."

കുപ്പി മാറ്റിവെക്കുന്നത് ഒളികണ്ണ് ഇട്ടു ശ്രദ്ധിച്ചുകൊണ്ടിരുന്ന

റൂഹ്

ഹരി ഒരു പുച്ഛത്തോടെ ചിരിച്ചുകൊണ്ട് കപ്പ് വീണ്ടും തന്നിലേക്ക് അടുപ്പിച്ചു വെച്ചു. ഒരു സിഗരറ്റ് കൂടെ കത്തിച്ചു പുക എടുത്തു മുകളിലേക്കു നോക്കി നീട്ടി വിട്ടുകൊണ്ട്

"അതൊക്കെ ശെരി തന്നെ...

പക്ഷെ. ഈ പ്രണയം ആയിക്കോട്ടെ സൗഹൃദം ആയിക്കോട്ടെ രക്തബന്ധം ആയിക്കോട്ടെ,

നഷ്ടപെട്ട ഒന്ന് അനശ്വരമാക്കാൻ ഒരു കലാകാരൻ ശ്രമിക്കുമ്പോൾ, തന്റെ ക്യാൻവാസിൽ ഓരോ ചായത്തുള്ളികളിലൂടെ അതിനു ജീവൻ പകരുമ്പോൾ, ആ കലാകാരൻ ഉള്ളിൽ മരിച്ചു കൊണ്ടിരിക്കുക ആണെങ്കിലോ.?

കയ്യിൽ ബ്രഷ് അല്ല,ആളുന്ന തീക്കനൽ ആണ് പിടിച്ചിരിക്കുന്നതെന്ന് തോന്നിപോകും.

അങ്ങനെ ആവണം എന്നില്ല,പക്ഷെ അങ്ങനെ ഉള്ളവരും ഉണ്ടങ്കിലോ? സ്വയം മരിച്ചു മറ്റൊന്നിനു ജീവൻ പകരുന്നത് പോലെ..."

ശാന്തമായ ചിരിയോടെ ഹരി പറഞ്ഞു. പതിയെ ആ പുഞ്ചിരി മാഞ്ഞു.. അയാൾ വേറെന്തോ ചിന്തയിൽ ആഴ്ന്നു..

"ഇത്രയൊക്കെ അറിയാമെങ്കിൽ പിന്നെ എങ്ങനെയാണു നിനക്ക് നിന്റെ പ്രണയം നഷ്ട്ടം ആയത്.?" കൗതുകത്തോടെ ഇതെല്ലാം കേട്ടു നിന്ന ശേഷം ഞാൻ ചോദിച്ചു.

സിഗരറ്റ് കുത്തി കെടുത്തി മുഖം കൈ കൊണ്ടൊന്നു തുടച്ചു എന്നെ നോക്കി ഒന്ന് പുഞ്ചിരിച്ചു ശേഷം.ഇടറുന്ന ശബ്ദത്തോടെ അവൻ മറുപടി പറഞ്ഞു

"വിട്ടുകൊടുക്കുന്നതും പ്രണയം ആണെടോ" ചിരിച്ചു കൊണ്ട്, ദേ മറ്റൊരു വ്യാഖ്യാനം.

"നമ്മൾ അത്രയേറെ സ്നേഹിക്കുന്ന ഒരാൾ സന്തോഷമായി ജീവിക്കണമെന്നേ നാം ആഗ്രഹിക്കുകയുള്ളു,ആ ജീവിതത്തിൽ നമ്മൾ ഇല്ലെങ്കിൽ പോലും."

ഹരിയുടെ മുഖത്തു വിടർന്ന പുഞ്ചിരി തെളിഞ്ഞു.പെട്ടെന്ന് എന്തോ ഓർത്ത പോലെ,മുഖം മാറിയ ശേഷം,

"അല്ല നീയെന്താ പറഞ്ഞെ നഷ്ട്ടം എന്നോ? അതെങ്ങനെയാ നഷ്ടം ആവുന്നത്? ഇപ്പോൾ കൂടെ ഇല്ലന്ന് കരുതി അത് നഷ്ടം ആണോ?

അപ്പോൾ അത്രയും നാളത്തെ സ്നേഹം എന്താ പെട്ടെന്ന് ഇല്ലാതാകുമോ?

ഇതാണ് മനുഷ്യരുടെ പ്രശ്നം. ഇത്രയും നാൾ ഉണ്ടായിരുന്നത് ഒരു നാൾ ഇല്ലാതായാൽ അത് പോയല്ലോ എന്ന് മാത്രമേ ചിന്തിക്കു. അത് ഉണ്ടായിരുന്ന കാലത്ത് നമ്മൾ അനുഭവിച്ച സന്തോഷവും സ്നേഹവും കരുതലും എല്ലാം അങ്ങ് മറക്കും. പിന്നെ ഓർത്തു ദുഖിക്കും. ഒന്നല്ല ഒൻപത് ജീവിതകാലം മുഴുവൻ സന്തോഷിക്കാൻ ഉള്ളത് തന്നിട്ടായിരിക്കും പോയത്. പക്ഷെ അപ്പോഴും ഇപ്പോൾ ഇല്ലാത്തതിനെ പറ്റി ഓർത്തു സങ്കടപെടുന്നു.

സ്വാർത്ഥത. അല്ലാതെന്ത്..."

പിന്നെ ഡേവി, ആളുകൾ എപ്പോൾ വേണമെങ്കിലും മാറാം. അല്ലങ്കിലും ഒരാൾ ഇതിനു മുൻപ് എങ്ങനെ ആയിരുന്നു എന്നൊക്കെ നമ്മൾ എങ്ങനെ അറിയാനാണ്. ഒരു ദിവസം മതി ഒരാളുടെ ജീവിതം മാറി മറയാൻ. അതോട്ട കൂടെ അയാളും മാറിയെന്നു ഇരിക്കും. നമ്മൾ കാണുന്നത് അയാളുടെ മാറ്റത്തിന്റെ ഒരു ഘട്ടം മാത്രം ആയിരിക്കാം, അല്ലങ്കിൽ പല ഘട്ടങ്ങളിലൂടെ അയാൾ മാറുന്നത് നമ്മൾ കണ്ടിരിക്കാം.അത് പോലെ തന്നെ സമയവും. സമയം എന്നാൽ സാഹചര്യം എന്നല്ലേ?

അതിപ്പോൾ ഒഴുക്കിന് അനുസരിച്ചു പോയാൽ നമ്മളെ അത് എവിടെ എങ്കിലും കൊണ്ടെത്തിക്കും.പക്ഷെ തല ഒന്നുയർത്തി നോക്കിയാൽ നമുക്ക് ചിലപ്പോൾ കാണാൻ പറ്റുമായിരിക്കും എങ്ങോട്ടേക്കെന്ന്.അതല്ല നമ്മളുടെ മനസ്സിലെങ്കിൽ ഒഴുക്കിനെതിരെ നീന്തുക എന്നെ ഉള്ളു. ചിലപ്പോൾ നമ്മൾ വിജയിച്ചേക്കാം, ചിലപ്പോൾ പരാജയം ആയിരിക്കാം ഫലം. പക്ഷെ നമ്മൾ എന്ത് ചെയ്തു എന്നുള്ളതല്ലേ പ്രധാനം. എതിരെ നീന്തേണ്ടി വന്നാൽ നീന്തുക.

ആളുകൾ എപ്പോൾ മാറുമെന്നോ സാഹചര്യം എപ്പോൾ

അനുകൂലമോ പ്രതികൂലമോ ആകുമെന്നോ നമുക്ക് പ്രവചിക്കാൻ കഴിയില്ല.നമുക്ക് ചെയ്യാൻ പറ്റുന്നത് അയാളുടെ എല്ലാ ഘട്ടങ്ങളിലും കൂടെ നിക്കുക എന്നേയുള്ളു. സഹായിക്കുക, സ്നേഹിക്കുക, ആശ്വസിപ്പിക്കുക. അകന്നു നിൽക്കേണ്ടി വന്നാൽ അകലുക.

പക്ഷെ ഡേവിയെ,പ്രശ്നം എന്താണെന്നു വെച്ചാൽ ഞാൻ വരയ്ക്കുന്ന സബ്ജെക്ട് കൾക്ക് എല്ലാം ഒരേ കണ്ണുകൾ ആണ്...

ആണായാലും പെണ്ണായാലും വൃദ്ധരായാലും കുട്ടികൾ ആയാലും. എല്ലാം ഒരുപോലെ.. രാത്രിയിൽ കടൽ കണ്ടിട്ടില്ലേ. അതെ നിറം, നീളൻ കൺപീലികൾ നിറഞ്ഞ അതേ കണ്ണുകൾ. എനിക്കത് തിരുത്താൻ സാധിക്കുന്നില്ല. ഞാൻ അത്രയും ആഗ്രഹിച്ചിട്ടുള്ള ഒന്ന് കാരണം എന്റെ മറ്റൊരു ആഗ്രഹം കൂടെ തകരുമോയെന്നൊരു പേടി. എനിക്കാ ഭയത്തിൽ നിന്നും മോചിതൻ ആവാൻ പറ്റുന്നില്ല.

ഞാൻ എന്ത് ചെയ്യും?

ഹരിയുടെ തോളത്തു തട്ടിക്കൊണ്ടു ഞാൻ പറഞ്ഞു.

“ചിലപ്പോൾ അതായിരിക്കും നിന്റെ ചിത്രത്തിന്റെ ആത്മാവ് എങ്കിലോ?”

ഹാ ഹാ ഹാ... ഒരു ഭ്രാന്തനെ പോലെ ചിരിച്ചുകൊണ്ട് ഹരി തുടർന്നു

“അതെന്റെ അല്ല അവളുടേതാണ്...

അവളുടേതാണ്.

അവളുടെ.”

സംസാരം പാതി മുറിഞ്ഞു ഹരി മദ്യാസക്തിയിൽ മയക്കത്തിലേക് വഴുതി വീണു.അവനെ അടുത്തുള്ള കട്ടിലിൽ കിടത്തി, ഒരു പുതപ്പ് വിരിച്ചു കൊടുത്തു, ഞാൻ അവിടെ നിന്ന് ഇറങ്ങുമ്പോൾ, അവന്റെ വാക്കുകൾ കൂരമ്പുകൾ പോലെ പിന്നെയും പിന്നെയും എന്നെ തേടി വന്നു. പ്രണയത്തിന് ഒരാളെ ഇങ്ങനെ തകർക്കാൻ കഴിയുമോ എന്ന ചിന്ത മനസ്സിൽ കുത്തിനിന്നു.

ഒരു കാര്യം മാത്രം ഞാൻ അന്ന് മനസ്സിൽ ഉറപ്പിച്ചു. ഞാൻ ഒരിക്കലും ഹരിയെ പോലെ ആവില്ല. എന്റെയും മെഹറിന്റെയും പ്രണയം അങ്ങനെ ഒടുങ്ങാനുള്ളതല്ല. അത് അനശ്വരമാണ്. ആരും, ഒന്നും, അതിനെ തടയാൻ കഴിയില്ല.

അങ്ങനെ ചില തീരുമാനങ്ങൾ മനസ്സിന്റെ ആഴത്തിൽ കുത്തിവെച്ച് ഞാൻ അവിടെ നിന്ന് ഇറങ്ങി.

പക്ഷേ... എനിക്ക് വേണ്ടി കാലം കാത്തുവെച്ചിരുന്ന വിധി, മറ്റൊന്നായിരുന്നു.

3

കോളേജ് കാലം അവസാനിക്കാറായിരുന്ന സമയത്തായിരുന്നു ഞങ്ങളുടെ പ്രണയം തുടങ്ങിയത്. അതൊരു വിചിത്രമായ വിരോധാഭാസമായിരുന്നു. ഇത്രയും വർഷം ആ കലാലയത്തിൽ ഉണ്ടായിട്ടും, അവിടേ എന്നെ പരിചയമില്ലാത്ത ആരുമില്ലെന്നു തോന്നിയിരുന്ന എനിക്ക്, എന്റെ ജീവിതത്തെ ഇങ്ങനെ അടിമുടി മാറ്റാൻ പോകുന്ന ഒരാളെ അന്നുവരെ കാണാനായില്ല എന്നത്.

പല ദിവസങ്ങളിലും ഞാൻ ക്ലാസ്സിൽ കയറാറില്ല. ക്യാന്റീനിലും ഗ്രൗണ്ടിലും വരാന്തയിലുമൊക്കെ കൂട്ടുകാരോടൊപ്പം വെറുതെ ഇരിക്കും. രണ്ടുപേർ ഇരുന്നിടത്ത് പിന്നെ നാലാകും, പത്താകും. ക്ലാസ് കഴിഞ്ഞിട്ടും ഇരുട്ടുന്നതുവരെ അവിടെയേ ഇരിക്കും. എന്താണ് ചെയ്തുകൊണ്ടിരുന്നതെന്ന് ഇന്നും എനിക്കറിയില്ല. പക്ഷേ ആ കോളേജ്, എന്നെ ഞാൻ എന്ന വ്യക്തിയെ രൂപപ്പെടുത്തിയ ഇടമായിരുന്നു. വിട്ടുപോകാൻ മനസ്സ് ഒരിക്കലും തയ്യാറാകാത്തൊരു ഇടം.

ഞാൻ അവിടെ അഡ്മിഷൻ എടുത്ത അതേ ദിവസമാണ്, വേറൊരു കോഴ്സിൽ അവളും ചേർന്നത്. ഞാൻ വിരഹിച്ചു നടന്ന ആ ക്യാമ്പസിൽ ഇത്രയും നാൾ അവളും ഉണ്ടായിരുന്നു എന്നത് ഇപ്പോൾ ഓർക്കുമ്പോൾ ഒരു ചെറിയ കുറ്റബോധം

പോലും തോന്നും. ആ ദിവ്യ സാന്നിധ്യം എനിക്ക് തിരിച്ചറിയാൻ ഇത്രയും വൈകിയല്ലോ എന്ന്.

പിന്നീട് ക്യാമ്പസ് ജീവിതം അവസാനിക്കാൻ കുറച്ചു മാസങ്ങൾ മാത്രമേ ബാക്കിയുണ്ടായിരുന്നുള്ളൂ. അത്രയും വിലപ്പെട്ട ദിവസങ്ങൾ ഞാൻ പൂർണ്ണമായും അവളോടൊപ്പം ചെലവഴിക്കാമെന്ന് മനസ്സിൽ ഉറപ്പിച്ചു. അവളുടെ ക്ലാസ്റൂമിന്റെ അരികിലുള്ള വരാന്തയിൽ പലപ്പോഴും ഞാൻ കാത്തു നിന്നു. അവളെ നോക്കി. കണ്ണിമ വെട്ടാതെ. സമയം നിലക്കുന്നത് പോലെ തോന്നിയ നിമിഷങ്ങൾ.

പാർട്ടി പ്രവർത്തനത്തിന്റെ ഭാഗമായി ക്ലാസ്റൂമുകളിൽ കയറി സംസാരിക്കേണ്ടി വന്നപ്പോഴും എന്റെ കണ്ണുകൾ അവളെ തന്നെയായിരുന്നു തിരഞ്ഞിരുന്നത്. എത്ര ശ്രമിച്ചാലും അത് എനിക്ക് തടയാനായില്ല. അവളുടെ കണ്ണുകളിൽ എന്തോ ഉണ്ടായിരുന്നു, പറഞ്ഞറിയിക്കാനാകാത്തൊരു ആഴം. ഒരു വിളി. അത് പ്രണയം തന്നെയായിരുന്നു.

ഒരു ദിവസം, ആ വരാന്തയിൽ, അവളും എന്റെ അടുത്തേക്ക് വന്നു.

“ഇയ്ക്ക് അറ്റൻഡൻസ് ഒക്കെയുണ്ടോ?”

ഇങ്ങനെ ക്ലാസ്സിൽ കയറാതെ നടന്നാൽ പരീക്ഷ എഴുതണ്ടേ?”

അവൾ ചോദിച്ചത് സ്നേഹത്തോടെ. ഉപദേശത്തിന്റെ ഭാരമില്ലാത്ത, കരുതലുള്ള ശബ്ദത്തിൽ ആയിരുന്നു.

“അറ്റൻഡൻസ് ഉള്ളതുകൊണ്ടല്ലേ യൂണിയൻ മെമ്പർ ആയത്, ഇനിയിപ്പോ കുറവുണ്ടെങ്കിൽ എന്താ... കണ്ടോണേഷൻ അടക്കാം. രണ്ട് കാറ്ററിംഗ് വർക്കിന് പോയാൽ മതി.”

ഞാൻ ചിരിച്ചുകൊണ്ട് പറഞ്ഞു.

ഒരു കുസൃതി ചിരിയോടെ അവൾ എന്റെ കയ്യിൽ ഒന്ന് നുള്ളി.

“എന്നിട്ട് എത്ര സപ്ലിയുണ്ടെന്നാ ഇതുവരെ?”

“മേഹ്... എനിക്ക് സപ്ലി ഒന്നുമില്ല. വളരെ നന്നായി പഠിക്ക

ന്നവനൊന്നുമല്ല ഞാൻ. എല്ലാം ജസ്റ്റ് പാസ്. പക്ഷേ തോറ്റിട്ടില്ല ഇതുവരെ. ഇനിയുള്ളതിലും തോൽക്കില്ല."

എനിക്ക് തന്നെ വിശ്വസിക്കാനാകുന്ന രീതിയിൽ ഞാൻ പറഞ്ഞു.

"എനിക്കും, അറ്റൻഡൻസുണ്ട്. സപ്ലി ഇതുവരെ ഒന്നുമില്ല. ഞാൻ നന്നായി പഠിക്കും. പരീക്ഷക്ക് വേണ്ടതൊക്കെ ഞാൻ പഠിച്ചിട്ടുണ്ട്."

അവൾ എന്താണ് ഉദ്ദേശിക്കുന്നതെന്ന് അപ്പോഴും എനിക്ക് പൂർണമായി മനസ്സിലായില്ല. വാക്കുകൾ അവൾ ഉദ്ദേശപൂർവം അവിടെ നിർത്തിയതുപോലെ തോന്നി. ഞാൻ ഒന്നും ചോദിച്ചില്ല. അവളുടെ അടുത്ത വാക്കിനായി കാത്തുനിന്നു.

"മൊയന്തേ..."

അവൾ ഒന്ന് മടിച്ച് പറഞ്ഞു.

"എനിക്കും ക്ലാസ്സിൽ കയറണം എന്നില്ല. ബാ... നമുക്ക് ഒരു ചായ കുടിക്കാം."

അങ്ങനെ പറഞ്ഞ് അവൾ എന്റെ കൈ കോർത്ത് പിടിച്ചു. അവൾ തന്നെയാണ് എന്നെ ക്യാന്റീനിലേക്കായി കൂട്ടിക്കൊണ്ടുപോയത്.

പഞ്ഞിപോലെ മൃദുവായിരുന്നു അവളുടെ കൈവെള്ള. അതിൽ ഒരു പേടിയും ഒരു ഉറപ്പും ഒരുമിച്ചുണ്ടായിരുന്നു. അവൾ തല മെല്ലെ എന്റെ തോളോട് ചായ്ച്ചു. മുഖം ഉയർത്തി എന്നെയൊന്ന് നോക്കി.

അവളുടെ ആ നോക്കിൽ എനിക്ക് ഒരു ലോകം മുഴുവൻ കാണാമായിരുന്നു.

തട്ടം കൊണ്ട് പൊതിഞ്ഞുവെച്ച അവളുടെ മുടിയിഴകളിൽ നിന്നൊരു സുഗന്ധം, അവൾ അണിഞ്ഞ അത്തറിനേക്കാൾ ആഴമുള്ളത്, നിശ്ശബ്ദമായി എന്റെ ഉള്ളിലേക്കിറങ്ങുന്നുണ്ടായിരുന്നു.

അന്നാണ്... ജീവിതത്തിൽ ആദ്യമായി... അവൾ എന്നോട് ഒരു കാര്യം പറഞ്ഞത്.

റൂഹ്

"ഇയെന്നെ മേഹ്ഹ എന്ന് വിളിക്കണ്ട. എന്റെ പേര് മെഹർ യാസ്മിൻ അലി എന്നാ. യാസ്മിനും എന്റെ പേരാണ്. അതെന്നെ ആരും വിളിക്കാറില്ല. ഇയ്യ് എന്നെ അങ്ങനെ വിളിച്ചാൽ മതി. ഇയ്യ് മാത്രം അങ്ങനെ വിളിച്ചാൽ മതി."

അവൾ അത് പറഞ്ഞത് അധികം ആലോചിച്ചിട്ടൊന്നുമല്ല, എന്നാൽ വാക്കുകൾ എന്റെ ഉള്ളിൽ ആഴത്തിൽ തുളഞ്ഞിരുന്നു.

അവളുടെ ആദ്യ പ്രണയമായിരുന്നു ഇത്, ഒരു തരത്തിൽ ചിന്തിച്ചാൽ, എന്റെയും. കാരണം ആദ്യ പ്രണയം എന്ന് പറയുന്നത് ഒരാളെ സ്നേഹിക്കുന്നതിലപ്പുറം, സ്വയം തിരിച്ചറിയാൻ തുടങ്ങുന്ന ഒരു കാലമാണ്.

എന്റെ ആദ്യ പ്രണയം എന്നെ പഠിപ്പിച്ചത് പല കാര്യങ്ങളാണ്. എന്റെ അപക്വത, വിവരമില്ലായ്മ, സ്വാർത്ഥത. ഈ ലോകത്തെയും മനുഷ്യരെയും ഞാൻ എത്ര കേവലമായാണ് കണ്ടിരുന്നത് എന്ന യാഥാർഥ്യം.ഈ കാര്യങ്ങൾ ഒക്കെ കൊണ്ട് കൂടിയാണ് ഞങ്ങൾക്ക് പിരിയേണ്ടി വന്നതും.

പക്ഷേ ആ പെൺകുട്ടി, എന്നെ തകർത്തില്ല. അവൾ എന്നെ തിരുത്താൻ സഹായിച്ചു. എന്റെ തന്നെ കുറവുകൾ എനിക്ക് സ്വയം മനസിലാക്കി തന്നു. അതിനുള്ള നന്ദിയും സ്നേഹവും എനിക്ക് എന്നും അവളോട് ഉണ്ടാകും. ഇപ്പോൾ അവൾ സന്തോഷത്തോടെ ജീവിക്കുന്നു. വല്ലപ്പോഴും ഇടയ്ക്കു വിളിച്ച് വിശേഷങ്ങൾ ചോദിക്കും.

ആദ്യ പ്രണയത്തിൽ എന്റെ വ്യക്തിത്വം ആണെനിക് മനസിലായതെങ്കിൽ മെഹറുമായി പ്രണയത്തിലായപ്പോഴാണ് യഥാർത്ഥ പ്രണയം എന്താണെന്ന് ഞാൻ ശരിക്കും മനസ്സിലാക്കിയത്.

അത് വാക്കുകൾ കൊണ്ട് പറഞ്ഞു തീർക്കാവുന്ന ഒന്നല്ല. നിസ്വാർത്ഥമായ സ്നേഹം മനസ്സ് നിറച്ച് പതുക്കെ കവിഞ്ഞൊഴുകുന്ന ഒരു അവസ്ഥ. ഇതുവരെ ഞാൻ പ്രണയമെന്ന് കരുതിയതെല്ലാം അതിന്റെ നിഴൽ മാത്രമായിരുന്നുവെന്ന് തോന്നിപ്പോയി.

അപ്പോഴാണ് ഹരി ഒരിക്കൽ പറഞ്ഞ ചില വാക്കുകൾ എനിക്ക് മനസ്സിലായത്.

"ഇപ്പോൾ ഞാൻ സ്വയം മറന്ന് പ്രണയിക്കുന്നു. എന്നെ കുറിച്ച് ആലോചിക്കാതെ. അവളിൽ അലിഞ്ഞു ചേരുന്നു. പ്രണയത്തിന്റെ മറ്റൊരു തലം വലിയ കൗതുകത്തോടെ കണ്ടെത്തിക്കൊണ്ടിരിക്കുകയാണ്.

എന്നിൽ വളരുന്ന അവളോടുള്ള സ്നേഹത്തിന്റെ അളവ് എന്റെ ഹൃദയത്തിന് താങ്ങാനാവാതെ പലപ്പോഴും തുളുമ്പുന്നു. അത് എന്റെ ശരീരമൊട്ടാകെ, നാഡികളിലും ഞരമ്പുകളിലും കോശങ്ങളിലുമൊക്കെ ഒരു ശാന്തമായ ലഹരിപോലെ പടരുന്നു."

ഹരി പറഞ്ഞത് അക്ഷരാർത്ഥത്തിൽ എല്ലാം സത്യമായി തന്നെ ഭവിച്ചു.

പക്ഷേ എന്നെ ഏറ്റവും അതിശയിപ്പിച്ചത്, പ്രണയത്തിന് ശേഷം മെഹറിലുണ്ടായ മാറ്റമായിരുന്നു. പണ്ടത്തെ അവൾ അങ്ങനെയല്ല. സ്വഭാവത്തിൽ അന്തർമുഖം. ചെറിയൊരു വിഷമം പോലും വന്നാൽ അത് സ്വയം മനസ്സിൽ കുത്തിവെച്ച്, അതിനെ തന്റെ മനസ്സിൽ ഒരു വടവൃക്ഷം പോലെ വളർത്തി, ഒടുവിൽ സ്വയം മാനസിക പിരിമുറുക്കത്തിൽ പെട്ടുപോകുന്ന ഒരു പാവം കുട്ടി. മനസ്സിന് അധികം ഭാരം സഹിക്കാനാകില്ലായിരുന്നു അവൾക്ക്.

അവൾ തന്നെയാണ് എന്നെ അതിശയിപ്പിച്ചത്. ഒരു കാരണവശാലും തന്റെ ഉപ്പ ഒരു ക്രിസ്ത്യാനിയായ എന്നെ അംഗീകരിക്കില്ലെന്ന് അവൾക്കറിയാമായിരുന്നു. എന്നിട്ടും അവൾ എന്നെ സ്നേഹിച്ചു. പ്രണയത്തിന്റെ എല്ലാ തീവ്രതയോടെയും. തന്റെ മനസ്സിൽ ഉണ്ടായിരുന്ന സ്നേഹത്തിന്റെ അവസാന കണിക വരെ അവൾ എന്നോട് പങ്കുവച്ചു.

അവൾ നന്നെ മാറിപ്പോയി. അല്ല, അവൾ തന്നെ സ്വയം അവളെ കണ്ടെത്തി

ഒരിക്കൽ ഞാൻ അവളോട് ചോദിച്ചു.

റൂഹ്

"യാസ്മി... നിനക്ക് പെട്ടെന്ന് എവിടുന്നാ ഇത്ര ധൈര്യം വന്നത്?"

അവൾ ഒന്ന് ചിരിച്ചു. ആ ചിരിയിൽ ഒരു ആത്മവിശ്വാസം ഉണ്ടായിരുന്നു.

"നിന്റെ കൂടെ കൂടിയപ്പോ തൊട്ടാണ്," അവൾ പറഞ്ഞു. "പക്ഷേ അതു നീ തന്നതാണെന്നു കരുതണ്ടാട്ടോ.ഞാൻ എന്നെ തന്നെ തിരിച്ചറിഞ്ഞത് ഇപ്പോഴാണ്. എനിക്ക് ഇത്ര ധൈര്യം ഉണ്ടെന്നു."

"അപ്പൊ ഇത്ര നാൾ വൈകിയത് എന്തേ?" ഞാൻ ചോദിച്ചു.

അവൾ കുറച്ചു നേരം മിണ്ടാതിരുന്നു. വയലിലേക്കോ ആകാശത്തേക്കോ നോക്കി. പിന്നെ പതുക്കെ പറഞ്ഞു

"ചില കാര്യങ്ങൾ നമ്മൾക്കു മുന്നിൽ തന്നെയുണ്ടായാലും... അത് കാണാനും മനസ്സിലാക്കാനും നമ്മൾ വൈകിപ്പോകില്ലേ..."

അവൾ പറഞ്ഞത് എനിക്ക് മനസ്സിലായി. ഞാൻ ഒന്ന് പുഞ്ചിരിച്ചു.

"പക്ഷേ," അവൾ ചോദിച്ചു "ഇയ്ക്ക് കുറച്ചു ധൈര്യം കുറഞ്ഞു പോയതുപോലെ എനിക്ക് തോന്നുന്നേ."

അത് സത്യമാണെന്ന് എനിക്കറിയാമായിരുന്നു. ഞങ്ങളുടെ കാര്യം മെഹറിന്റെ വീട്ടിൽ അറിഞ്ഞാൽ എന്തൊക്കെയാകും സംഭവിക്കുക എന്ന് ഞാൻ പലപ്പോഴും മനസ്സിൽ കണ്ടിരുന്നു. അവളുടെ പഠനം നിൽക്കുമോ, അവളെ വീട്ടുതടങ്കലിൽ ആക്കുമോ, അവളുടെ ചിരി പോലും മങ്ങിപ്പോകുമോ എന്ന ഭയം. എന്റെ ധൈര്യം കുറഞ്ഞത് എന്റെ കാര്യത്താൽ ഉള്ള ആശങ്കയിൽ അല്ലായിരുന്നു. അവളെ കുറിച്ചുള്ള പേടിയായിരുന്നു. അവളെ എനിക്ക് നഷ്ടപ്പെടുമോ എന്ന ഭയം.

അങ്ങനെയായിരുന്നു ഞങ്ങളുടെ പ്രണയം. ഒരേ സമയം, അവളെ ധൈര്യശാലിയാക്കി, എന്നെ അല്പം ഭീരുവും.ഹരി പറഞ്ഞത് പോലെ, പ്രണയത്തിന് പല വ്യാഖ്യാനങ്ങളുണ്ട്. ഞങ്ങളുടെ പ്രണയത്തിന് ഉണ്ടായിരുന്ന വ്യാഖ്യാനം ഒന്നേ ഉണ്ടായി

രുന്നുള്ളൂ.

നിസ്വാർത്ഥത.ഒന്നും തിരിച്ചു പ്രതീക്ഷിക്കാത്ത, നിസ്വാർത്ഥമായ പ്രണയം.

4

മൂന്നു വർഷങ്ങൾ കടന്നുപോയിരിക്കുന്നു. മെഹറിനെ ഞാൻ ഇപ്പോൾ അധികം ഓർക്കാറില്ല. എന്നാലും എന്നെ പ്രണയം എന്താണെന്ന് പഠിപ്പിച്ച,ജീവിതത്തെയും സ്നേഹത്തെയും കുറിച്ച് അനവധി തിരിച്ചറിവുകൾ തന്ന, ഒരു മനുഷ്യനായി എന്നെ ഞാൻ ആക്കിയ എന്റെ പ്രിയപ്പെട്ട മെഹർ, അവൾ ഇന്ന് മറ്റൊരു വിവാഹം ചെയ്ത് ദുബായിയിൽ ഭർത്താവിനോടൊപ്പം സന്തോഷത്തോടെ ജീവിക്കുന്നു.അവൾക്കൊരു ആൺ കുഞ്ഞ് പിറന്നുവെന്ന് കൂട്ടുകാർ പറഞ്ഞറിഞ്ഞു.

അയാൻ അഹ്മദ്, മേഘങ്ങൾക്കിടയിൽ നിന്ന് വന്ന നക്ഷത്രം പോലെ ഒരു കുട്ടി.

ഇത്രയും നിസ്വാർത്ഥതയോടെ, ഇത്രയും തീവ്രമായി പ്രണയിച്ചിട്ടും എന്തുകൊണ്ട് ഞങ്ങൾക്ക് ഒരുമിക്കാൻ പറ്റാതെ പോയി എന്ന ചോദ്യത്തിൽ ഞാൻ പല രാത്രികളും ഒറ്റയ്ക്ക് ഇരുന്ന് അലഞ്ഞിട്ടുണ്ട്. ഹൃദയം ഉള്ളിൽ എവിടെയോ പൊട്ടിപ്പൊളിയുന്ന ആ വിഷമം കേൾക്കാൻ കഴിയാതെ ചന്ദ്രൻ പല രാത്രികളിലും മേഘങ്ങൾക്കിടയിലേക്ക് ഒളിച്ചോടുന്നത് ഞാൻ കണ്ടിട്ടുണ്ട്. അവനും മനുഷ്യനാണെന്നു തോന്നിപ്പോകും. അവനും ഇതൊക്കെ സഹിക്കാൻ പറ്റാത്തതുപോലെ.

അപ്പോഴും ഞാൻ നിശ്ശബ്ദനാവാറില്ല. സൂര്യനെ കാത്തിരിക്കും. ഒരുപക്ഷേ വെളിച്ചം വന്നാൽ എല്ലാം ശരിയാവുമെന്നൊരു തോന്നൽ. പക്ഷേ ഒടുവിൽ സൂര്യനുമൊരു നിവൃത്തിയില്ലാതെ വരുമ്പോൾ മഴയെ അയക്കും. ആ മഴ എന്റെ ഉള്ളിൽ ഒരു പേമാരിയായി പെയ്തു തീരും. ഉള്ളിൽ അടഞ്ഞു കിടന്നതൊക്കെയും അത് തുറന്ന് വിടും.

റൂഹ്

അത് കണ്ണുകളിലൂടെ പുറത്തേക്കൊഴുകും. ആരും കാണാതെ, മണ്ണോട് ചേർന്ന് പോകും..

ആ നനവിൽ, ആ തളർച്ചയിൽ,വാക്കുകളില്ലാതെ, ശ്വാസം മുട്ടിയ ഒരു നിമിഷത്തിൽ അങ്ങനെയായിരുന്നു ഞാൻ ഉറങ്ങിപ്പോകാറുണ്ടായിരുന്നത്.

പക്ഷേ കുറ്റബോധമില്ല. ഞങ്ങളെ അകറ്റിയ ഈ സമൂഹത്തോടും, ആ സാഹചര്യങ്ങളോടും, നമ്മളെ കാക്കുന്നു എന്ന് പറയപ്പെടുന്ന ദൈവസങ്കൽപ്പങ്ങളോടും പോലും എനിക്ക് ദേഷ്യമില്ല. ദേഷ്യം വരേണ്ടിടത്ത് സഹതാപം മാത്രമാണ് ഉള്ളത്. ഇവരുടെ നേർത്ത, ഭീതിയുള്ള ചിന്തകളെക്കുറിച്ച് ഓർക്കുമ്പോൾ.

പരസ്പരം സ്നേഹിക്കുന്ന രണ്ടു മനസ്സുകളെ, ജാതിയും മതവും ഒന്നും നോക്കാതെ പൂർണ മനസ്സോടെ സ്വീകരിക്കാനും, ചേർത്തുനിർത്താനും, നമ്മുടെ നാട്ടിലെ ജനസംഖ്യയേക്കാൾഅധികം എണ്ണം വരുന്ന ദൈവങ്ങൾക്കോ അവരെ പ്രതിനിധീകരിക്കുന്നവർക്കോ അത്ര താൽപര്യമില്ല.

പക്ഷേ അകറ്റാൻ... അതിനായി നൂറു കാരണങ്ങൾ അവർക്കുണ്ട്. ചെറിയ നിയമങ്ങൾ, വലിയ ഭീഷണികൾ, പഴയ കഥകൾ, പഴകിയ പേടികൾ.

സ്നേഹം കണ്ടാൽ പേടിക്കുന്ന ഒരു മനസ്സിന്റെ ബലഹീനതയാണ് അതെല്ലാം. അതിൽ എനിക്ക് ദേഷ്യമില്ല. സഹതാപവും പുച്ഛവും മാത്രമേ ഉള്ളൂ.

എനിക്ക് ആരോടും പരാതിയില്ല. പരിഭവവുമില്ല. എന്റെ മെഹർ സന്തോഷമായി ഇരിക്കണം എന്ന ആഗ്രഹം മാത്രമേ എനിക്ക് എപ്പോഴും ഉണ്ടായിരുന്നുള്ളൂ. ഇപ്പോൾ അവൾ അങ്ങനെ തന്നെയാണെന്ന് അറിഞ്ഞപ്പോൾ, എനിക്ക് അത്രയും മതി.

എന്റെ വേദനയും സങ്കടവും മനസ്സിലെ അടിച്ചമർത്തലുകളും ഞാൻ മാത്രം അറിഞ്ഞാൽ പോരേ. അതൊക്കെ സുഹൃത്തുക്കളോടോ ബന്ധുക്കളോടോ പറഞ്ഞ് ഭാരമാക്കണം എന്ന് എനിക്ക് ഒരിക്കലും തോന്നിയിട്ടില്ല. അല്ലെങ്കിലും, സങ്കടങ്ങൾ

പങ്കിടാൻ പറ്റിയതല്ല. പറഞ്ഞാൽ അത് വീണ്ടും നമ്മളെ അതേ ചുഴിയിലേക്ക് വലിച്ചിടും. അതിനാൽ ഓർക്കാതിരിക്കാൻ ശ്രമിക്കുന്നതാണ് നല്ലത്. വിജയിക്കണമെന്നില്ല, പക്ഷേ ശ്രമിക്കാതെ വഴിയില്ല.

ഈ കടന്നുപോയ മൂന്നു വർഷങ്ങൾ,ഒരു ദിവസവും അവളെ ഓർക്കാതെ ഞാൻ കഴിഞ്ഞിട്ടില്ല. ഒരിക്കൽ പോലും. പക്ഷേ അതെന്റെ ജീവിതത്തെ നേരെ ഒരു തകർച്ചയിലേക്കാണ് കൊണ്ടുപോയത്. ഞാൻ പഠിച്ചതെല്ലാം പതുക്കെ മറന്നു. കോളേജിനെ കുറിച്ച് ഓർത്താൽ ക്ലാസ് മുറികളോ, കൂട്ടുകാരോ, വരാന്തകളോ ഒന്നുമല്ല, മെഹർ മാത്രം. എല്ലാ ഓർമകളും അവളിൽ ചെന്നു നിൽക്കും.

കൂട്ടുകാരിൽ നിന്ന് ഞാൻ അകന്നു. ആദ്യം ആദ്യം മദ്യമായിരുന്നു എന്റെ ആശ്രയം. പിന്നെ അത് ഇലയായി. ചില ദിവസങ്ങളിൽ രണ്ടും കൂടി. പിന്നെ പേര് പോലും അറിയാത്ത എന്തൊക്കെയോ. അതൊക്കെയും ചെയ്തത് ഒരേ ഒരു കാരണത്താൽ, എനിക്ക് ഒന്ന് മറക്കണം എന്നാഗ്രഹം.

പക്ഷേ പിന്നെ മനസ്സിലായി, ഓർമ്മകൾ മറക്കാൻ പറ്റില്ലെന്ന്. എത്ര ശ്രമിച്ചാലും അവ പോകില്ല. അതുകൊണ്ട് കുറഞ്ഞത് അവളുടെ ആ നിഷ്കളങ്കമായ മുഖം എങ്കിലും മനസ്സിൽ നിന്ന് ഒഴിഞ്ഞു പോകുമോ എന്നൊരു ബാലിശ പ്രതീക്ഷ. അത്ര മാത്രം.

ലഹരി തലയിൽ കയറുമ്പോൾ, ഞാൻ തന്നെ എന്റെ മനസ്സിനോട്ടു യുദ്ധം ചെയ്യുമ്പോഴും, അവളുടെ മുഖം എവിടെയൊക്കെയോ നിന്ന് ചക്രവ്യൂഹം ഭേദിച്ച് മുന്നിലെത്തും. എനിക്കത് തടയാൻ പറ്റില്ല. അവളുടെ മുഖവും ആ ചിരിയും എന്നെ വിട്ടില്ല. ശബ്ദമില്ലാതെ പിന്തുടർന്നുകൊണ്ടിരുന്നു.

ഒന്നിലും ശ്രദ്ധ പിടിച്ചുനിന്നില്ല. ദിവസങ്ങൾ എങ്ങനെ പോയി എന്ന് പോലും അറിയില്ല. ഒരിക്കൽ, ഏറെ നാൾ കഴിഞ്ഞ്, അറിയാതെ കണ്ണാടിയുടെ മുന്നിൽ നിൽക്കുമ്പോഴാണ് ഞാൻ മാറിപ്പോയെന്ന് മനസ്സിലായത്.

താടിയും മുടിയും വളർന്നു നീണ്ടു കുരുങ്ങിയിരുന്നു. ശരീരം

ഒരുപാട് ഭാരം വെച്ചിരുന്നു. മുഖത്ത് ഒരു ക്ഷീണം സ്ഥിരമായി കുടിയേറി. മനസ്സ് ഇപ്പോഴും മൂന്ന് വർഷം പിന്നിലായിരുന്നുവെങ്കിലും, ശരീരം ഒരു ഇരുപത് വർഷം മുന്നോട്ട് പോയതുപോലെ തോന്നി.

അപ്പോൾ എനിക്ക് വ്യക്തമായി മനസ്സിലായി, ഞാൻ മെഹറിനെ മാത്രമല്ല നഷ്ടപ്പെടുത്തിയത്. ഞാൻ എന്നെത്തന്നെയും പതുക്കെ നഷ്ടപ്പെടുത്തി കൊണ്ടിരിക്കുകയായിരുന്നു.

ഇങ്ങനെ തന്നെ പോയാൽ ഞാൻ മുഴുവനായി തകരും എന്നൊരു ബോധം ഒരുനാൾ പെട്ടെന്ന് എനിക്ക് വന്നു. അതൊരു വലിയ തിരിച്ചറിവായിരുന്നു. "ഇത് ഇങ്ങനെ പോരാ" എന്നൊരു വാക്ക് മനസ്സിൽ ആരോ പതുക്കെ പറഞ്ഞു വെച്ചതു പോലെ.

ഇനിയും എനിക്ക് ആഗ്രഹങ്ങളുണ്ട്. സ്വപ്നങ്ങളുണ്ട്. അതെല്ലാം പോയെന്ന് കരുതാൻ മനസ്സ് തയ്യാറായില്ല. എങ്കിലും അതിനിടയിൽ എനിക്ക് മുന്നിൽ നിൽക്കുന്ന ഏറ്റവും വലിയ തടസ്സം എന്റെ പ്രിയപ്പെട്ട മെഹറിന്റെ മുഖമായിരുന്നു. എന്റെ മനസ്സിൽ ഇടവിടാതെ വന്നു നിൽക്കുന്ന, എന്നെ ഉറങ്ങാൻ പോലും വിടാതെ വേട്ടയാടുന്ന ആ മുഖം. അതൊന്ന് മായാതെ, അല്ലെങ്കിൽ കുറച്ചെങ്കിലും മങ്ങാതെ, ഞാൻ മുന്നോട്ട് പോകില്ലെന്ന് എനിക്ക് തന്നെ അറിയാമായിരുന്നു.

ഒരു ജോലി വേണം. സ്വന്തമായി സമ്പാദിക്കണം. ഇഷ്ടമുള്ള വസ്ത്രങ്ങൾ ധരിക്കണം. മനുഷ്യരെപ്പോലെ ജീവിക്കണം.

പക്ഷേ അതെല്ലാം പറയുന്നത് പോലെ എളുപ്പമല്ല. എല്ലാ ദിവസവും മദ്യപിച്ച വീട്ടിൽ കയറുമ്പോൾ, "ഇനി ഇങ്ങനെ ആണെങ്കിൽ അകത്തേക്ക് വരണ്ട" എന്ന് അച്ഛൻ ഒരിക്കൽ പോലും തുറന്ന് പറഞ്ഞില്ല. പക്ഷേ അദ്ദേഹത്തിന്റെ കണ്ണുകൾ പറഞ്ഞു. ആ നോട്ടം എനിക്ക് വ്യക്തമായി മനസ്സിലായി. വാക്കുകളേക്കാൾ ഭാരം ഉള്ള നോട്ടം. അപ്പോൾ തോന്നി എന്തിനാണ് ഞാൻ അവർക്കും ഒരു സങ്കടമാകുന്നത്.

അമ്മ ഒരു പാവമാണ്. ഒന്നും ചോദിക്കില്ല. കുറ്റം പറയില്ല.

കണ്ണ് നിറയ്ക്കാൻ മാത്രം അറിയുന്നൊരു പാവം. ഇന്നേവരെ എന്റെ കാരണത്താൽ അവരുടെ മുഖത്ത് ഒരു ചിരി കൊണ്ടുവരാൻ എനിക്ക് കഴിഞ്ഞിട്ടില്ല. ഇനി ദുഃഖവും കൂടി കൊടുക്കണോ എന്ന ചിന്ത മനസ്സിൽ കുത്തി നിന്നു.

അതുകൊണ്ടാണ് ആദ്യം അശ്വിന്റെ കൂടെ അവന്റെ ജോലി സ്ഥലത്തിനു അടുത്തുള്ള മുറിയിൽ താമസിച്ചത്. അവൻ ജോലി കഴിഞ്ഞ് വരുന്നത് വരെ, ആരോടും മിണ്ടാതെ, വെളിച്ചം കയറാത്ത ആ ചെറിയ മുറിയിൽ ഞാൻ ഇരിക്കും. ഇരുട്ടിനെ കൂട്ടുപിടിച്ച്. ആ ഇരുട്ട് അന്ന് എനിക്ക് ആശ്വാസമായിരുന്നു. ജീവിതം പതുക്കെ അതിലേക്ക തന്നെ അലിഞ്ഞു ചേർന്നുപോകുന്നപോലെ.

.പക്ഷെ പിന്നീട് രണ്ടറ്റം കൂട്ടി മുട്ടിക്കാൻ പാട് പെടുന്ന അവനെ വെറുതെ ബുദ്ധിമുട്ടിക്കണ്ടെന്ന് തോന്നി. സങ്കടങ്ങളുടെ പേരിൽ ബന്ധങ്ങളെ ചൂഷണം ചെയ്യാൻ പാടില്ലല്ലോ. നമ്മൾ തകർന്നാൽ അതിന്റെ കഷണങ്ങൾ മറ്റുള്ളവരുടെ ജീവിതത്തിലേക്ക് വീഴരുത്.

അങ്ങനെയാണ് മദ്യപാനം കുറച്ച ഞാൻ വീണ്ടും വീട്ടിലേക്ക് വന്നത്. തിരിച്ച വന്നതല്ല. മനസ്സിൽ ഉറപ്പിച്ച ആ തീരുമാനം എന്നെ കൊണ്ടെത്തിച്ചതാണ്.

മെഹറിന്റെ മുഖം മറക്കണം, അതെന്റെ മനസ്സിൽ ആഴത്തിൽ സംസ്കരിക്കണം, സ്വപ്നങ്ങളിൽ പോലുമിനി കാണാൻ ഇടവരാത്ത രീതിയിൽ. എങ്കിലേ എനിക്ക് ഒരു മോക്ഷം കിട്ടു എന്ന് മനസിലായി. അങ്ങനെ ഞാൻ എനിക്ക് ഏറ്റവും പ്രിയപ്പെട്ട, ഈ ലോകത്തേക് ഏറ്റവും സുന്ദരമായ ആ മുഖം മറക്കാൻ തീരുമാനിച്ചുറപ്പിച്ചു.

5

എന്തിനാണ് പിരിയേണ്ടി വന്നത് എന്നോർത്ത് എനിക്ക് ഇതുവരെ കരയേണ്ടി വന്നിട്ടില്ല. അത് ഞങ്ങൾ രണ്ടുപേരും ചേർന്ന് എടുത്ത തീരുമാനമായിരുന്നു. പെട്ടെന്ന് എടുത്തത

ല്ല. ഒരുപാട് സംസാരിച്ചും, മിണ്ടാതിരുന്നും, തമ്മിൽ നോക്കിയും ഒടുവിൽ എത്തിച്ചേർന്ന ഒരു തീരുമാനം. ചിലപ്പോൾ പിന്നെ ഓർത്താൽ തോന്നും ഭീരുത്വമായിരുന്നോ എന്ന്. പക്ഷേ മനസ്സിന്റെ ഉള്ളിലേക്ക് ഇറങ്ങി നോക്കുമ്പോൾ കുറ്റബോധമില്ല. അവിടെ നന്മ മാത്രമേ ഉണ്ടായിരുന്നുള്ളൂ. ആ നന്മ എനിക്ക് പഠിപ്പിച്ചത് അവൾ തന്നെയായിരുന്നു.

അന്ന് അവളിൽ നിന്ന് നടന്ന് അകലുമ്പോൾ ചങ്ക് പിളരുന്ന വേദന ഉണ്ടായിരുന്നു. എന്നിട്ടും ഞാൻ എന്റെ മുഖത്ത് ഒരു പുഞ്ചിരി പിടിച്ചുനിർത്തി. അവളുടെ മുന്നിൽ തകർന്നുപോകരുതെന്ന് മനസ്സ് പറഞ്ഞു. മെഹറിന്റെയും മുഖത്ത് അതേ വെച്ച് കെട്ടിയ പുഞ്ചിരിയുണ്ടായിരുന്നു. മുന്നിൽ നിന്ന് കരയരുതെന്ന് ഞങ്ങൾ രണ്ടുപേരും പറയാതെ തന്നെ തീരുമാനിച്ചിരുന്നു.

അവസാനമായി അവൾ എന്നെ വാരി പുണർന്നപ്പോൾ, അവളുടെ ഉള്ളു നുറുങ്ങുന്ന ശബ്ദം എനിക്ക് കേൾക്കാമായിരുന്നു. എന്റെ നെഞ്ചോട് ചേർത്ത് തല ചായ്ച്ച് ഞങ്ങൾ കുറച്ചു നേരം അങ്ങനെ നിന്നു. സമയം അപ്പോൾ നിശ്ചലമായത് പോലെ തോന്നി.

കുറച്ചു കഴിഞ്ഞ് മെഹർ എന്റെ നെഞ്ചിൽ കൈ വെച്ച് എന്നെ മെല്ലെ തള്ളി. അവൾ ഒന്നു പിന്നോട്ടു മാറി. അവളുടെ കണ്ണുകൾ എന്റെ കണ്ണിൽ തന്നെ പിടിച്ചു നിന്നു. കടലോളം സ്നേഹം നിറഞ്ഞ കണ്ണുകൾ.

ഇടറിയ ശബ്ദത്തോടെ ഞാൻ വിളിച്ചു

“യാസ്മി...”

“വേണ്ട,” അവൾ പെട്ടെന്ന് പറഞ്ഞു.

“ഇയെന്നെ ഇനി അങ്ങനെ വിളിക്കണ്ട, ഡേവി. അതിനി ആരും എന്നെ ആ പേരിൽ വിളിക്കണ്ട. മെഹർ... അതു മതി.”

എനിക്ക് എന്ത് പറയണമെന്ന് അറിയില്ലായിരുന്നു. ഞാൻ തല കുനിച്ചു നിന്നു.

“തല കുനിക്കാതെടാ,” അവൾ പറഞ്ഞു. ഇയ് തല താഴ്ത്തരുത്. ഉയർത്തി തന്നെ പിടിക്ക്. നമ്മൾ തോറ്റിട്ടില്ല.നമ്മുടെ പ്ര

ണയത്തിന്റെ മുന്നിലാണ് ഇവരൊക്കെ തോറ്റത്. ഈ ജാതിയും മതവും മനുഷ്യരും ദൈവങ്ങളുമെല്ലാം..."

അവൾ ഒന്ന് ശ്വാസം എടുത്തു. പിന്നെ പതുക്കെ പറഞ്ഞു.

"ഞാൻ ഒരു കൂട്ടിൽ അടച്ചിട്ടിരുന്ന കിളിയായിരുന്നു. അതായിരുന്നു എന്റെ ലോകമെന്ന് ഞാൻ കരുതിയത്. ആ കൂട് തുറന്ന്, എനിക്ക് ചിറകുകൾ ഉണ്ടെന്നും പറക്കാൻ പറ്റുമെന്നും പഠിപ്പിച്ചത് നീയാണ്. എന്റെ ധൈര്യവും എന്റെ ലോകവും നീയാണ്. അങ്ങനെയുള്ള നീ എന്റെ മുന്നിൽ തല താഴ്ത്തി നിൽക്കരുത്."

ഞാൻ കുറച്ചു നേരം മിണ്ടാതെ നിന്നു. പിന്നെ ചോദിച്ചു

"പക്ഷേ... ഇപ്പോൾ നീ എന്നിൽ നിന്ന് ദൂരേക്ക് പറന്നുപോകുവല്ലേ, മെഹർ?"

"ഞാൻ പിന്നെ എന്ത് ചെയ്യാനാടാ? നീ തന്നെ പറയ്. നമ്മൾ എല്ലാം സംസാരിച്ചു തീർത്തതല്ലേ. പിന്നെന്താ വീണ്ടും നീ ഇങ്ങനെ പറയണേ?"

എനിക്ക് മറുപടി ഒന്നുമില്ലായിരുന്നു.

"ഒന്നുമില്ല...സാരമില്ല... എനിക്ക് നീ സന്തോഷമായി ഇരിക്കുന്നതു കണ്ടാൽ മതി."

"ഡേവി..."

ഇടറുന്ന ശബ്ദത്തിൽ അവൾ വിളിച്ചു.

"എന്നെ ഒന്ന് നോക്ക്..."

നിറഞ്ഞ കണ്ണുകളോടെ ഞാൻ അവളുടെ മുഖത്തേക്ക് നോക്കി. അവളുടെ കണ്ണുകളും നിറഞ്ഞിരുന്നു. പറയാനുള്ളത് ഒരുപാട് ഉണ്ടായിരുന്നു. പക്ഷേ ഒന്നും പുറത്തുവന്നില്ല. അവൾ മെല്ലെ എന്റെ കവിളത്ത് കൈ വെച്ചു. ആ സ്പർശത്തിൽ എന്തൊക്കെയോ ഉണ്ടായിരുന്നു ആശ്വാസം, പേടി, വിടപറയൽ... എല്ലാം.

ഒരു കൊച്ചു കുട്ടിയെ പോലെ ഞാൻ ആ കൈക്കുള്ളിൽ ഒതുങ്ങി നിന്നു.

"ഞാൻ പോട്ടെ... ഇനിയും വൈകിയാൽ പ്രശ്നമാകും. നീയും

ആരെങ്കിലും കാണുന്നതിന് മുമ്പ് ഇവിടെ നിന്ന് പോയിക്കോ..."

വാക്കുകൾ അങ്ങനെ പറഞ്ഞെങ്കിലും അവളുടെ കാലുകൾ അനങ്ങിയില്ല. പോകാൻ മനസില്ലെന്ന് അവളുടെ കണ്ണുകൾ തന്നെ പറഞ്ഞു. എന്നെ വിട്ട് അവൾക്ക് പോകാൻ പറ്റാത്ത തുപോലെ അവൾ അവിടെ തന്നെ നിന്നു. പിന്നെ പെട്ടെന്ന് എന്റെ കൈ മുറുക്കെ പിടിച്ചു. ഇത്ര നേരം ഉള്ളിൽ ഒതുക്കിവെ ച്ചിരുന്ന ധൈര്യം ഒന്ന് പൊട്ടി. ശബ്ദം ഇടറി അവൾ പറഞ്ഞു

"ഡേവി... ഡാ... നമുക്ക് എങ്ങോട്ടെങ്കിലും പോയാലോ... ഇവരാരും അറിയാത്ത, കാണാത്ത എങ്ങോട്ടെങ്കിലും...എന്തെ ങ്കിലും ജോലി ചെയ്തു...ഒരുമിച്ച് ജീവിക്കാം... എനിക്ക് നീയില്ലാതെ പറ്റില്ലടാ..."

അത് പറഞ്ഞപ്പോൾ, അവൾ തന്നെ ആ വാക്കുകളിൽ വിശ്വ സിച്ചിരുന്നില്ല എന്നെനിക്ക് തോന്നി. ഞാൻ ഒന്നും പറഞ്ഞില്ല. പറഞ്ഞാൽ അവളെ ഞാൻ തകർക്കും എന്നൊരു ഭയം. ഞാൻ അവളെ ചേർത്ത് പിടിച്ചു.നിസ്സഹായതയോടെ, രക്ഷിക്കാനാവാ ത്ത ഒരു പ്രണയത്തിന്റെ അവസാന മൽപിടിത്തം.

അവൾ പൊട്ടിക്കരഞ്ഞു. നെഞ്ചിനുള്ളിൽ ഒതുങ്ങി നുറുങ്ങുന്ന ഒരു കരച്ചിൽ. ഞാൻ പറഞ്ഞു

"മെഹർ... കരയരുത്." "നീ ഇപ്പോൾ പറഞ്ഞത് ഒന്ന് കൂടി ആലോചിച്ച്, ഉറച്ച മനസ്സോടെ വീണ്ടും പറഞ്ഞാൽ... ഈ നിമിഷം തന്നെ നമുക്ക് ഇവിടെ നിന്ന് പോകാം. ഒരുമിച്ച്." "മനസ്സ് കലങ്ങിയിരിക്കുമ്പോൾ തീരുമാനങ്ങൾ എടുക്കരുതെന്ന് എന്നെ പഠിപ്പിച്ചത് നീയല്ലേ? നീ ഇപ്പോൾ ഉറച്ചൊരു തീരുമാനം എടുക്കുന്നുണ്ടെങ്കിൽ... ഉറപ്പിച്ച തീരുമാനങ്ങള് നമുക്ക് മറക്കാം. നീ പറഞ്ഞതുപോലെ എങ്ങോട്ടെങ്കിലും പോകാം. ഒരുമിച്ച് ജീവിക്കാം."

അവൾ ഒന്നും പറഞ്ഞില്ല. പതുക്കെ ഒരു അടി പിറകോട്ടു വച്ചു. എന്റെ മുഖത്തേക്ക് നോക്കാതെ, എന്റെ കൈ പിടിച്ചുകൊ ണ്ട് അവൾ പറഞ്ഞു

"ഇടയ്ക്കൊക്കെ ഞാൻ ഓർത്തിട്ടുണ്ട്... ഞാൻ എന്തൊരു

ഭാഗ്യം കിട്ടിയവളാണെന്ന്... നിന്നെ ഓർത്താണ്. പക്ഷേ ഇപ്പോൾ... ഇതെല്ലാം ഇങ്ങനെ തട്ടിപ്പറിക്കാനായിരുന്നെങ്കിൽ... എന്തിനാ എന്നെ നിന്നിലേക്ക് കാണിച്ചു തന്നത്..."

ആ ചോദ്യത്തിന് എനിക്ക് ഉത്തരം ഇല്ലായിരുന്നു.

"മെഹർ...കല്യാണമാണോ പ്രണയത്തിന്റെ അവസാന വാക്ക്? അല്ല. ഒരിക്കലും അല്ല. നിന്റെ മനസ്സിൽ എന്റെ ഒരു അംശം എന്നും ഉണ്ടാകും. എന്റെ ഉള്ളിലും നീ തന്നെയായിരിക്കും. നീയാണ് എന്നെ ഞാൻ ആക്കിയത്. ആ ഞാൻ മരിക്കുന്നിടം വരെ... നിന്നോടുള്ള പ്രണയം അവസാനിക്കില്ല."

അവൾ മെല്ലെ എന്നെ നോക്കി. ആ നോക്കിൽ ഒരു വിട പറയലും ഒരു അനുഗ്രഹവും ഉണ്ടായിരുന്നു. ഞാൻ അവളെ ഒന്ന് കൂടി അടുത്തേക്ക് ചേർത്തു. തട്ടം പതുക്കെ പിന്നോട്ടു മാറ്റി. അപ്പോൾ വീശിയ ഒരു ചെറുകാറ്റിൽ അവളുടെ മുടിയുടെ മണം എന്നെ പൊതിഞ്ഞു. അവസാനമായി, അവളുടെ നെറ്റിക്കുമീതെ, മുടിയിൽ ഞാൻ മെല്ലെ ഒരു ചുംബനം നൽകി. അതിനൊപ്പം എന്റെ കണ്ണിൽ നിന്നൊരു തുള്ളി അവളുടെ കവിളിൽ വീണു.

അവൾ ഒന്നും പറഞ്ഞില്ല. ഒന്ന് നോക്കി,പിന്നെ പതുക്കെ നടന്നു അകന്നു.

കയ്യും കാലും അനങ്ങാതെ ഞാൻ അത് നോക്കി നിന്നു. പെട്ടെന്ന് അവൾ നിന്നു. പതുക്കെ എന്റെ അടുക്കലേക്ക് വന്നു.

എന്റെ മുന്നിൽ നിന്ന് ശേഷം മെഹർ മെല്ലെ ആ തട്ടം അഴിച്ചു എന്റെ കൈകളിലേക് വെച്ച് തന്നു, അവളുടെ മനോഹരമായ മുടി കാറ്റത്തു പാറി,ഒരു പക്ഷെ ഇത് ഞങ്ങളുടെ അവസാന കൂടി കാഴ്ച ആയേക്കാം, പക്ഷെ ഇന്നുവരെ അവളെ ഞാൻ ഇത്ര സുന്ദരി ആയി കണ്ടിട്ടില്ല,

ദൂരേക്ക് നടന്നകന്ന അവളെയും നോക്കി തട്ടം കയ്യിൽ മുറുകെ പിടിച്ചു കൊണ്ട് കണ്ണിമ വെട്ടാതെ ഞാൻ നിന്നു, ഞാൻ അതെന്റെ മുഖത്തേക്കു ചേർത്ത് പിടിച്ചു, അതിൽ അവളുടെ മണം ഉണ്ടായിരുന്നു, അതിൽ അവൾ ഉണ്ടായിരുന്നു.

6

ഈ ഒരു അവസ്ഥ അതിജീവിക്കാനുള്ള സമയം അതിക്രമിച്ചിരുന്നു, പക്ഷെ മനസ്സ് കൊണ്ട് ഞാനിപ്പോഴും മെഹറിന് ഒപ്പമായിരുന്നു.എനിക്ക് ആ സമയം മുറിച്ചു കടക്കാൻ കഴിയുന്നുണ്ടായിരുന്നില്ല,ഇടയ്ക്ക് യാഥാർത്ഥ്യത്തിലേക്ക് ഒന്ന് കാലെടുത്ത് വെച്ചാൽ മതി, ഉടനെ മദ്യത്തിനെ ആശ്രയിച്ചു വീണ്ടും സ്വപ്നങ്ങളിലേക്കു മടങ്ങും. അങ്ങനെ ഒളിച്ചോടി, ഒളിച്ചോടി ഞാൻ തന്നെ എന്നെ തോൽപ്പിച്ചു കൊണ്ടിരുന്നു. പക്ഷെ മാറി ചിന്തിക്കേണ്ട സമയം എത്തിയെന്നു തീരുമാനിച്ചിറങ്ങിയ എനിക്ക് എവിടെ തുടങ്ങണമെന്നറിയില്ലായിരുന്നു.

എത്രയൊക്കെ മാറി മാറി ആലോചിച്ചിട്ടും എന്റെ ചിന്തകൾ ഒടുവിൽ എത്തിച്ചേരുന്നത് ഒരിടത്ത് മാത്രമായിരുന്നു. അതല്ലാതെ എനിക്ക് മറ്റൊരിടം ഇല്ലന്ന് എനിക്ക് മനസിലായി,വിരഹത്തിന്റെ പേരിൽ ഒറ്റക്ക് ആവാൻ ആയി ഞാൻ ആയിട്ട് തന്നെ അകന്നു പോയ എന്റെ സുഹൃത്തുക്കൾ.

ഹരി, ഷാഹുൽ, അരവിന്ദ്,അശ്വിൻ.

വീട്ടിൽ നിന്ന് ഒരു ബാഗ് നിറയെ വസ്ത്രങ്ങളുമായി ഞാൻ അവരെ കാണാനിറങ്ങി. തിരിച്ചുവരവ് എപ്പോഴാണെന്ന് അറിയില്ല, അച്ഛൻ ഇപ്പോൾ അധികം മിണ്ടാറില്ല, യാത്ര പറയാനും നിന്നില്ല.അമ്മയെ കെട്ടിപിടിച്ചു യാത്ര പറഞ്ഞു ഞാനിറങ്ങി, അമ്മ ഒന്നും പറഞ്ഞില്ല, അച്ഛൻ കാണാതെ കയ്യിൽ രണ്ടു അഞ്ഞൂറിന്റെ നോട്ടുകൾ വെച്ച് തന്നു. വേണ്ടെന്നു പറഞ്ഞിട്ടും എന്റെ കൈവെള്ളയിൽ വെച്ച് എന്റെ വിരലുകൾ ചുരുട്ടി മടക്കി വെച്ച് എന്നെ യാത്ര അയച്ചു.

ആദ്യം ഞാൻ പോയത് ഹരിയുടെ അടുത്തേക്ക് ആണ്, അന്ന് പ്രണയത്തിൽ തകർന്നടിഞ്ഞു, വരയ്ക്കുന്ന എല്ലാ പൈന്റിങ്ങുകളിലും ഒരേ കണ്ണുകളുമായി തോൽവി സമ്മതിച്ചു കീഴടങ്ങിയ ഹരി ഇപ്പോൾ കൊച്ചിയിൽ സ്വന്തമായി ഒരു സ്റ്റുഡിയോ തുടങ്ങി അത്യാവശ്യം അറിയപ്പെടുന്ന ഒരു കലാകാരൻ ആണ്.

ഇപ്പോൾ അവന്റെ പെയിന്റിങ്ങിലെ സബ്ജെക്റ്റുകൾക്കൊക്കെ അതുല്യമായ കണ്ണുകളാണ്.

നേരത്തെ വിളിച്ച് പറഞ്ഞതുപോലെ ഞാൻ വൈകിട്ട് ഹരിയുടെ ഫ്ലാറ്റിൽ എത്തി. കണ്ടിട്ട് വർഷങ്ങൾ കഴിഞ്ഞതും, ഇത്ര നാൾ ഞാൻ ഒരിക്കൽ പോലും വിളിക്കാതിരുന്നതും ഓർത്തപ്പോൾ ഉള്ളിൽ ഒരു ചെറു ജാള്യത ഉണ്ടായിരുന്നു. പക്ഷേ വാതിൽ തുറന്ന് ഹരിയെ കണ്ട നിമിഷം തന്നെ അതൊക്കെ പോയി. കൈയിലുണ്ടായിരുന്ന ബാഗ് താഴെ വെച്ച് ഞാൻ അവനെ മുറുക്കെ കെട്ടിപ്പിടിച്ചു. എപ്പോഴാണ് കണ്ണുകൾ നിറഞ്ഞതെന്ന് പോലും അറിയില്ല.

ഞങ്ങൾ ബാല്കണിയിൽ ഇരുന്നു. താഴെ നഗരം രാത്രിയിലും ഉണർന്നിരിക്കുകയാണ്. ലൈറ്റുകൾ, വാഹനങ്ങൾ, ആളുകൾ എല്ലാവരും ജീവിക്കാൻ വേണ്ടി നെട്ടോട്ടം ഓടുന്നു, അതൊക്കെ നോക്കി ഇരിക്കുമ്പോൾ, ഞാൻ ഇത്ര നാൾ വെറുതെ ജീവിതം നശിപ്പിച്ചു നടന്നത് ഓർത്ത് എനിക്ക് തന്നെ ഒരു ലജ്ജ തോന്നി. ഇവരൊക്കെ ഇങ്ങനെ പാടുപെടുമ്പോൾ, ഞാൻ ഒരു മുഖത്തിന്റെ പേരിൽ സ്വയം കുഴിയിൽ വീണു കിടക്കുകയായിരുന്നു.

ഹരി ബാല്കണിയിൽ തന്നെ ഇരുന്ന് ഒരു ബിയർ തുറന്നു. എനിക്കും ഒന്ന് നീട്ടി. എനിക്ക് തന്നെ വിശ്വസിക്കാനാകാതെ ഞാൻ അത് മൃദുവായി നിരസിച്ചു. അവൻ ഒന്നും ചോദിച്ചില്ല. ചോദ്യം ചെയ്തില്ല.അധികം ഏച്ചുകെട്ടലുകൾ ഇല്ലാതെ ഞാൻ ഹരിയോട് കാര്യം പറഞ്ഞു

“എനിക്ക് ഒരാളുടെ മുഖം മറക്കണം.”

“അതിന് ഞാൻ എന്ത് ചെയ്യണം, ഹരി?”

അവൻ ഒന്ന് ചിരിച്ചു.

“അതിനു അയാളെ മറന്നാൽ പോരെ?»

നമ്മുടെ ജീവിതത്തിൽ അത്രയും സ്വാധീനം ചെലുത്തിയിട്ടുള്ള ഒരാളെ മറക്കാൻ ആവുമോ?

“ഇല്ല, പക്ഷെ ഓർമിക്കാതിരിക്കാൻ പറ്റും.

റൂഹ്

എടാ, പണ്ടൊരിക്കൽ ഞാൻ ഇതേ അവസ്ഥയിലൂടെ കടന്നു പോയിട്ടുണ്ട്, നിനക്ക് അറിയാമല്ലോ, പക്ഷെ പ്രണയം മാത്രം അല്ലാലോ ജീവിതം, നമുക്ക് ജീവിക്കണ്ടെടാ?

ഇങ്ങനെ വർഷങ്ങൾ കഴിഞ്ഞും നീ ഇതിൽ തന്നെ ചുറ്റി പിണഞ്ഞു കിടന്നാൽ എങ്ങനെയാ, പണം വേണ്ടേ, ആരോഗ്യം വേണ്ടേ, സമ്പാദ്യം വേണ്ടേ, പ്രണയം മാത്രം മതിയോ?"

ബാൽക്കണിയുടെ അറ്റത്ത് നിന്ന് നഗരത്തിന്റെ രാത്രി വെളിച്ചങ്ങൾ നോക്കി ഞാൻ മിണ്ടാതെ നിന്നു. ഹരി തുടർന്നു

"ഡേവിഡെ, നീ ലോകം കാണൂ, കഷ്ടപ്പെടുന്നവരെ കാണൂ, ആഗ്രഹത്തിന്റെയും കഷ്ടപാടിന്റെയും പുറത്തു ജീവിക്കാൻ ഇറങ്ങി തിരിച്ചവരെ കാണൂ, അല്ലാതെ ഒരു മുഖത്തിന്റെ പേരിൽ ഇങ്ങനെ സ്വയം നശിക്കാതെ,ഈ നഗരത്തിലേക്ക് ഒരിക്കൽ ഇറങ്ങിയാൽ, നിനക്ക് ആയിരം മുഖങ്ങൾ കാണാം. പലവിധം മുഖങ്ങൾ.

അതിരാവിലെ കട തുറക്കുന്നവന്റെ ഉറക്കമില്ലാത്ത മുഖം. പാതയോരത്ത് പുലരിയെ കാത്ത് കിടക്കുന്നവന്റെ ക്ഷീണിച്ച മുഖം. വണ്ടിയിൽ കയറാൻ പണമില്ലാതെയും, ചിരി വിട്ടൊഴി യാത്ത ഒരാളുടെ മുഖം. രാത്രി മുഴുവൻ ജോലി ചെയ്ത് പുലർച്ചെ വീട്ടിലേക്ക് മടങ്ങുന്നവന്റെ നിശ്ശബ്ദ മുഖം. സ്വപ്നങ്ങൾ മങ്ങിയിട്ടും, കുട്ടിയുടെ കൈ പിടിച്ച് നടന്നു പോകുന്ന ഒരമ്മയുടെ മുഖം.

പട്ടിണിയുടെയും കഷ്ടപ്പാടിന്റെയും മുഖങ്ങൾ. അതെല്ലാം കടന്ന് ജീവിക്കാനുള്ള ഒരു ചെറിയ പിടിവാശിയുടെ മുഖം.

അവയെ നോക്കുമ്പോൾ, നിനക്ക് നിന്റെ വേദന ഒറ്റപ്പെ ട്ടതല്ലെന്ന് തോന്നും. നീ മാത്രം അല്ല എന്ന് മനസ്സിലാകും. അപ്പോൾ ആ മുഖം, നീ മറക്കാൻ ആഗ്രഹിക്കുന്ന ആ മുഖം, അത് മായും എന്നല്ല. പക്ഷേ അതിന് മുൻപിലും പിറകിലും ഒരു വലിയ ലോകം ഉണ്ടെന്ന് നീ തിരിച്ചറിയും."

ഹരി പറഞ്ഞതിലെല്ലാം കാര്യമുണ്ടെന്ന് എനിക്ക് തന്നെ അറിയാമായിരുന്നു. അതിൽ സംശയമില്ല. പക്ഷേ അതൊക്കെ അറിയുന്നത് കൊണ്ട് മാത്രം എന്ത് കാര്യം. അറിവ് പലപ്പോഴും

നമ്മളെ രക്ഷിക്കില്ലല്ലോ.

ഞാൻ നിസ്സഹായനായി അവനെ നോക്കി

"ഇതെല്ലാം എനിക്ക് അറിയാം, ഹരി... പക്ഷേ ആ മുഖം എന്നെ വേട്ടയാടിക്കൊണ്ടേ ഇരിക്കുന്നു,എനിക്കാ മുഖം മറക്കാൻ ആവുന്നില്ല"

ശബ്ദം അറിയാതെ തന്നെ ഇടറി.

"പലരിലും ഞാൻ ആ മുഖം കാണുന്നു. ഇടയ്ക്ക് കണ്ണാടിയിൽ പോലും."

ഞാൻ ഒന്ന് നിശ്ശബ്ദനായി. പിന്നെ പറഞ്ഞു

"എനിക്ക് എങ്ങനെയെങ്കിലും മെഹറിന്റെ മുഖം മറക്കണം. പക്ഷേ അവളോടുള്ള സ്നേഹം കൊണ്ടുതന്നെ അതിനും എനിക്ക് പറ്റുന്നില്ല. സ്നേഹിക്കാതിരിക്കാനും കഴിയുന്നില്ല.

എനിക്ക് സ്വയം നശിക്കാനുള്ള താൽപര്യമില്ല, ഹരി. അത് ഞാൻ മനപ്പൂർവം ചെയ്യുന്നതല്ല. പക്ഷേ ഇങ്ങനെ തുടരാനും പറ്റില്ല.

എനിക്ക് എന്തെങ്കിലും ഒരു വഴി പറഞ്ഞു താടാ."

അത് ഒരു അപേക്ഷയായിരുന്നു. ഹരിക്ക് എന്ത് പറയണം എന്നറിയില്ലായിരുന്നു, അവൻ എന്റെ തോളിൽ തട്ടി കൊണ്ട് അവിടെ തന്നെ നിശബ്ദനായി കുറച്ച നേരം അങ്ങനെ തന്നെ ഇരുന്നു,

ആ നിശ്ശബ്ദതയിൽ പോലും ഒരു കരുതൽ ഉണ്ടായിരുന്നു. വാക്കുകൾ ഇല്ലാതെയും ആശ്വസിപ്പിക്കാൻ കഴിയുന്ന ഒരാളുടെ നിശ്ശബ്ദത.

കുറച്ചു കഴിഞ്ഞ് അവൻ പതുക്കെ പറഞ്ഞു

"നീ വിഷമിക്കണ്ടടാ. എല്ലാം ശരിയാകും.

നിനക്ക് നല്ല ഓർമകൾ മാത്രം തന്ന ഒരാളെ മറക്കുന്നത് എളുപ്പമല്ല. ചിലപ്പോൾ അത് അസാധ്യമായിട്ടുപോലും തോന്നും. പക്ഷേ അതൊക്കെ വിട്ട് മുന്നോട്ട് പോവാതെ പറ്റില്ല."

അവൻ ഒരു നിമിഷം നിർത്തി. പിന്നെ മെല്ലെ തുടർന്നു

"നീ കുറച്ച്നാൾ എന്റെ കൂടെ ഇവിടെ നിക്ക്, ഷാഹുലും

അരവിന്ദും ഇവിടെ അടുത്തൊക്കെ തന്നെയുണ്ട് വെല്യ ദൂരമൊന്നുമില്ല, അവന്മാരോട്ടും ഇടക്ക് ഇറങ്ങാൻ പറയാം, അശ്വിൻ ഇങ്ങോട് അങ്ങനെ വരാറില്ല, അവനും കുറച്ച് കഷ്ടപ്പാടുണ്ട്, അതിന്റെ ഓട്ടത്തിലാ. ഇന്നെങ്കിലും നന്നായി ഉറങ്ങാൻ ശ്രമിക്കു. ഞാൻ രാവിലെ സ്റ്റുഡിയോയിലേക്ക് പോകും. അലമാരയിൽ കുപ്പിയും സിഗരറ്റും ഉണ്ട്. ഒട്ടും പറ്റാതെ വന്നാൽ എടുത്തോളൂ.

അല്ലെങ്കിൽ... കണ്ണിനു മുന്നിൽ മദ്യം വെച്ചിട്ടും ഉപയോഗിക്കാതിരിക്കാനാകുമോ എന്ന് ഒന്ന് പരീക്ഷിച്ചുനോക്കാം. നടക്കുമോ ഇല്ലയോ എന്ന് നമുക്ക് തന്നെ അറിയാം."

അവൻ വീണ്ടും എന്റെ തോളിൽ കൈ വെച്ചു.

"സമാധാനമായിട്ട് ഇരിക്കടാ, ഞങ്ങളൊക്കെ ഇല്ലേ"

അന്ന് രാത്രി ഞാൻ കിടക്കുമ്പോൾ എന്റെ പ്രശ്നങ്ങൾ ഒന്നും തീർന്നിരുന്നില്ല. മെഹറിന്റെ മുഖവും മനസ്സിൽ തന്നെയുണ്ടായിരുന്നു. പക്ഷേ ഒരു മാറ്റം ഉണ്ടായിരുന്നു. വാക്കുകളില്ലാതെ കൂടെയിരുന്ന ഒരു സുഹൃത്ത്. ഒന്നും ശരിയാക്കാമെന്ന ഉറപ്പില്ലാത്തെങ്കിലും, "നീ ഒറ്റയ്ക്കല്ല" എന്നൊരു നിശ്ശബ്ദ സത്യം. അത് വേദനയെ ഇല്ലാതാക്കിയില്ല. പക്ഷേ അതിന് ഭാരം കുറച്ചു. ആ രാത്രി ആദ്യമായി, ഉറക്കം വരുമെന്ന പ്രതീക്ഷ എനിക്ക് തോന്നി.

7

കുറച്ചു നാൾ പിന്നെ ഞാൻ ഹരിയുടെ കൂടെ അവിടെ കഴിഞ്ഞു. അവന്റെ ജോലിയിൽ കഴിയുന്നത്ര കൈത്താങ്ങായി. ചിലപ്പോൾ ബ്രഷ് കഴുകി കൊടുക്കും, ചിലപ്പോൾ കാൻവാസ് മാറ്റി വെക്കും, ചിലപ്പോൾ ഒന്നും ചെയ്യാതെ ഒരു കസേരയിൽ ഇരുന്ന് അവൻ വരയ്ക്കുന്നത് മാത്രം നോക്കും. അങ്ങനെ നോക്കിയിരിക്കുക പോലും ഒരു ജോലിയായി മാറിയിരുന്നു. ദിവസങ്ങൾ കടന്നുപോയത് അറിഞ്ഞില്ല. ജീവിച്ചു എന്നു പറയാൻ പറ്റുമോ എന്നറിയില്ല. പക്ഷെ ജീവിക്കാൻ പഠിക്കുക

ആയിരുന്നു അത്ര തന്നെ.

ഇടയ്ക്കിടെ ഷാഹുലും അരവിന്ദും വന്നു പോകും. വന്നാൽ കുറച്ചു നേരം ഇരിക്കും. വലിയ ഉപദേശങ്ങളൊന്നുമില്ല. ഹരി പറഞ്ഞ അതേ കാര്യങ്ങൾ തന്നെയാകും അവരും പറയുക. ചില വാക്കുകൾ കേൾക്കുമ്പോൾ മനസ്സ് ഒന്ന് വിങ്ങും. പക്ഷേ ദേഷ്യം തോന്നിയില്ല. അവർക്ക് പറയാനുള്ള അവകാശമുണ്ടെന്ന് എനിക്ക് തന്നെ അറിയാമായിരുന്നു.

അശ്വിൻ അവന്റേതായ തിരക്കുകളിൽ അകപ്പെട്ടു കഴിയുകയായിരുന്നു. ഒന്ന് ആലോചിച്ചാൽ എന്റെ സങ്കടങ്ങൾ അവന്റെ മുന്നിൽ ഒന്നുമല്ല. അത്രയും മാനസികവും സാമ്പത്തികവുമായ പോരാട്ടങ്ങൾക്കിടയിലും, അവൻ മുഖത്ത് ഒരു പുഞ്ചിരി പിടിച്ചു നിർത്തുന്ന മനുഷ്യനാണ്. ഞങ്ങൾ ഇടയ്ക്ക് അവനെ കാണാൻ പോകും. പക്ഷേ കോളേജ് കാലത്ത് പോലെ കസേര വലിച്ചിട്ട് ഇരുന്ന് വർത്തമാനം പറയാൻ ഇനി കഴിയില്ല. അവനു സമയമില്ല. അവസ്ഥയും അതിന് വഴിയൊരുക്കുന്നില്ല.

വീട്ടിൽ അച്ഛൻ രോഗാവസ്ഥയിലാണ്. രാവും പകലും വേർതിരിയാതെ പണിയെടുത്താണ് അവൻ ചികിത്സക്കും മരുന്നിനുമുള്ള പണം കണ്ടെത്തുന്നത്. തീരെ നിവൃത്തിയില്ലാതെ വരുമ്പോഴല്ലാതെ മറ്റൊരാളോട് അവൻ ഒന്നും ചോദിക്കില്ല. അഭിമാനം നെഞ്ചിലേറ്റി നടക്കുന്നവൻ ആയതുകൊണ്ട് തന്നെ, വെറുതെ ഒരു സഹായം പോലും അവൻ സ്വീകരിക്കാറില്ല.

ഇതൊക്കെ അറിയാവുന്നതിനാലാണ് ഹരിയും ഷാഹുലും അരവിന്ദും, അവൻ അറിയാതെ തന്നെ, അവന്റെ അമ്മയുടെ കൈയിൽ ഓരോ മാസവും ഒരു തുക ഏൽപ്പിച്ചിരുന്നത്. അതിനെക്കുറിച്ച് ആരും ഒരിക്കലും സംസാരിച്ചു കണ്ടിട്ടില്ല. സംസാരിച്ചാൽ അവൻ അത് അംഗീകരിക്കില്ലെന്നുറപ്പായിരുന്നു.

ഈ മാസം സ്റ്റുഡിയോയിൽ നിന്ന് ഞാൻ സമ്പാദിച്ച ചെറിയൊരു തുകയില്നിന്ന് ഒരു പങ്ക് എനിക്കും അവിടേക്ക് കൊടുക്കാൻ കഴിഞ്ഞു. കൊടുത്തപ്പോൾ വലിയ സന്തോഷമൊന്നുമുണ്ടായില്ല. കൈയിൽ നിന്ന് പണം പോയതിന്റെ ഭാരവും

തോന്നിയില്ല. പകരം ഉള്ളിൽ ഒരു ചെറു ശാന്തത. ഞാൻ പൂർണ്ണമായും ഉപേക്ഷിക്കപ്പെട്ടവനല്ലെന്നൊരു ബോധം. എന്തെങ്കിലും ചെയ്യാൻ പറ്റിയല്ലോ എന്നൊരു ആശ്വാസം.

പതുക്കെ, വളരെ പതുക്കെ, ജീവിതം എന്നെ പിടിച്ചുനിർത്താൻ തുടങ്ങി. അതു വഴി നടക്കാൻ പഠിപ്പിച്ചില്ല. ഓടാനും പറഞ്ഞില്ല. വീഴാതെ നിൽക്കാൻ മാത്രം പഠിപ്പിച്ചു.

എന്നിരുന്നാലും ഹരി ജീവിതത്തെ നേരിട്ട് ഇപ്പോൾ വിജയവഴിയിൽ എത്തി നിൽക്കുന്ന രീതിയും അശ്വിൻ ജീവിതത്തെ നേരിടുന്ന രീതിയും എനിക്ക് നൽകിയ പ്രചോദനവും, ഉണർവ്വും ചെറുതല്ലായിരുന്നു,

അരവിന്ദും ഷാഹുലും ഒരുമിച്ച് ഒരു ബിസിനസ് തുടങ്ങുന്ന പ്രാരംഭ ഘട്ടത്തിൽ ആയിരുന്നു, അതിനുള്ള പേപ്പർ വർക്കിനും മറ്റും ഞാനും സഹായത്തിനായി നിന്നു,

അരവിന്ദ് അധികം സംസാരിക്കുന്ന കൂട്ടത്തിൽ അല്ല. പക്ഷേ അവൻ മിണ്ടാതെ നിന്നാലും, എല്ലാം പരസ്പരം മനസിലാവും. ഷാഹുൽ അതിന്റെ നേരെ മറിച്ചാണ്. നന്നായി സംസാരിക്കും. റിസ്ക് എടുക്കാൻ പേടിയില്ല. അവന്റെ തലയിൽ പിറക്കുന്ന ആശയങ്ങൾക്കും അതേ ധൈര്യമാണ്.

ബൗണ്ടറി പ്രൈവറ്റ് ലിമിറ്റഡ് എന്ന പേരിൽ ഇവർ ആലോചിച്ച ബിസിനസ് തന്നെ അങ്ങനെയൊരു ഭാഗ്യപരീക്ഷണമായിരുന്നു.ഇതുവരെ ആരും ഇറങ്ങി ചെയ്തിട്ടില്ലാത്തത്. അത് ഷാഹുലിന്റെ തലയിൽ ഉദിച്ചൊരു ആശയം ആയിരുന്നു.അതിനു പിന്നിൽ നിഴൽ പോലെ അരവിന്ദും. അശ്വിനെ അവർ വിളിച്ചിരുന്നു. പക്ഷേ അവൻ വിനയത്തോടെ പറഞ്ഞു, "ഇപ്പോൾ എനിക്ക് കഴിയില്ല." ആരും അതിൽ പരിഭവിച്ചില്ല. ജീവിതത്തിന്റെ ഘട്ടങ്ങൾ അങ്ങനെയാണ്.

ഒരു ദിവസം ഷാഹുലും അരവിന്ദും കൂടെ എനിക്ക് അവരുടെ പൂർണമായ പദ്ധതി പറഞ്ഞു തന്നു. അന്ന് ഷാഹുലിൽ ഞാൻ വീണ്ടും കോളേജിൽ തീക്കനൽ പോലെ സംസാരിച്ച ആ രാഷ്ട്രീയ പ്രവർത്തകനെ കണ്ടു. അതേ കണ്ണുകൾ. അതേ ചൂട്. അതേ

വിശ്വാസം.

അവൻ സംസാരിക്കുമ്പോൾ എന്റെ മുന്നിൽ ഞാൻ അല്ല, ഒരു കൂട്ടം കാണികളാണ് നിന്നിരിക്കുന്നത് പോലെ തോന്നി. അവൻ ഉറക്കെ സംസാരിച്ചു. ഓരോ വാക്കും തന്നെ സ്വയം വിശ്വസിക്കുന്ന ഒരാളുടെ ശബ്ദമായിരുന്നു.

അപ്പോൾ എനിക്ക് തോന്നി ചിലർക്കു രാഷ്ട്രീയം വേദികളിൽ മാത്രം അല്ല. ചിലരുടെ രാഷ്ട്രീയം ജീവിതം തന്നെയാണ്.

അവൻ ദൃഢമായ ശബ്ദത്തിൽ പറഞ്ഞു തുടങ്ങി

ജീവിതത്തിൽ ചില സമയങ്ങളിൽ മനുഷ്യന് വലിയ വാക്കുകൾ ഒന്നും വേണ്ട. ഇന്ന് ജീവിക്കണം എന്നുള്ള ഒരേയൊരു ആവശ്യം മാത്രം മതി.

അവിടെയാണ് ഞങ്ങൾ കടന്നു വരുന്നത്. ബൗണ്ടറി പ്രൈവറ്റ് ലിമിറ്റഡ്.

ഇവിടെ സമൂഹത്തിനു ഇപ്പോൾ ആവശ്യമായിട്ടുള്ള പല തരം സർവിസുകൾ ആണ് നമ്മൾ ലഭ്യമാക്കുന്നത്, അതായത്

<u>ഇൻസ്റ്റന്റ് ജോലി:</u>

കേരളത്തിൽ ജോലി ഇല്ലെങ്കിൽ ആരെയും മനുഷ്യനായി കാണില്ല. ആദരവും കിട്ടില്ല സുരക്ഷയും ഉണ്ടാവില്ല.

ഇന്ന് ജോലി വേണമെങ്കിൽ ഇന്ന് അല്ലങ്കിൽ നാളെ തന്നെ കിട്ടുന്ന രീതി, അത് ചിലപ്പോൾ മണിക്കൂറുകൾ മാത്രം നീളുന്നത് ആവാം, ദിവസങ്ങളോ മാസങ്ങളോ ആവാം, മാനദണ്ഡങ്ങൾക്കു അനുസരിച്ചു മാറിയും മറഞ്ഞും ഇരിക്കാം,

ഡെലിവറിയായാലും,ഓഫീസിലെ ചെറിയ സഹായമായാലും,ഇവന്റ് ജോലിയായാലും, രാത്രി ജോലി ആയാലും ചെയ്യാൻ പറ്റുന്നത് മതി. വ്യക്തിപരമായ ചോദ്യങ്ങൾ ഞങ്ങൾ ഇവിടെ ചോദിക്കില്ല.

ജോലി ചെയ്യാൻ ഒരു കുറച്ചു സമയം മാറ്റി വെക്കാൻ ഉണ്ടെങ്കിൽ അത് നമ്മൾ ക്രമീകരിച്ചു തരുന്നതാണ്, ശമ്പളം ലഭിക്കുന്നത് ഞങ്ങളുടെ അക്കൗണ്ടിൽ ആയിരിക്കും, അതിൽ നിന്ന് ചെറിയൊരു കമ്മീഷൻ തുക മാറ്റി വെച്ച് നിങ്ങൾക് തരുന്നതാ

ണ്.

<u>ഇന്റർ–കാസ്റ്റ് കല്യാണം:</u>

ചില ഇടങ്ങളിൽ ഇപ്പോഴും വളരെ ഗൗരവമുള്ള വിഷയമാണ്. ചില മനുഷ്യർക്കിടയിൽ അത് ഇന്നും സഹിക്കാനാവാത്ത ഒരു കാര്യമാകുന്നു. ചില സാഹചര്യങ്ങളിൽ അതിന്റെ അറ്റം ദുരഭിമാനക്കൊല വരെ നീളുന്നതും നമ്മൾ കണ്ടിട്ടുണ്ട്. അതുകൊണ്ടു തന്നെ, ഇത് വെറും ഒരു ആശയമോ അഭിപ്രായമോ അല്ല, പലർക്കും ഇത് ജീവനും മരണവും തമ്മിലുള്ള വിഷയമാണ് എന്ന ബോധ്യത്തോടെയാണ് ഞങ്ങൾ ഇതിനെ സമീപിക്കുന്നത്.

ഈ വിഷയത്തിൽ ഞങ്ങൾ ചെയ്യുന്നത് നിയമപരമായി, പ്രായോഗികമായി ചെയ്യേണ്ട കാര്യങ്ങളാണ്. കല്യാണം സുരക്ഷിതമായി നടക്കാൻ വേണ്ട യാത്രാസൗകര്യങ്ങൾ, വാഹനങ്ങൾ, സ്ഥലം, വിശ്വസിക്കാവുന്ന സാക്ഷികൾ എന്നിവ ഒരുക്കുക എന്നതാണ് ആദ്യം. ബന്ധുക്കളുടെ ഭാഗത്ത് നിന്നോ പോലീസിന്റെ ഭാഗത്ത് നിന്നോ ഇടപെടലുകൾ ഉണ്ടായാൽ, അത് വികാരപരമായി അല്ല, വിവേകപൂർവം നേരിടാൻ ഞങ്ങൾക്ക് അഭിഭാഷകരും അധ്യാപകരും ഉൾപ്പെട്ട ഒരു ടീം തന്നെ ഉണ്ടാകും. വലിയ ശബ്ദങ്ങളിലോ സംഘർഷങ്ങളിലോ അല്ല, നിയമവും ബുദ്ധിയും ഉപയോഗിച്ചാണ് അവയെ കൈകാര്യം ചെയ്യുന്നത്.

ഇതെല്ലാം ഒരുമിച്ച്, ഒരു കൂട്ടായ്മയായി ഞങ്ങൾ നോക്കുന്നു. ഒരാൾ ഒറ്റയ്ക്ക് നിന്നു എല്ലാം നേരിടേണ്ട അവസ്ഥ വരരുത് എന്നതാണ് അതിന്റെ അടിസ്ഥാനം. കല്യാണം നടക്കണം എന്നത് മാത്രം പോര; അതിന് ശേഷം ജീവിതവും മുന്നോട്ട് പോകണം. അതിനായി ആവശ്യമായ സൗകര്യങ്ങൾ, താമസം, സ്ഥലം മാറൽ, ആദ്യ ദിവസങ്ങളിലെ സുരക്ഷ ഇവയെല്ലാം കൂടി ഞങ്ങൾ ശ്രദ്ധിക്കുന്നു.

വേതനത്തിന്റെ കാര്യത്തിലും ഞങ്ങൾക്ക് ഒരു കർശന പട്ടികയില്ല. ക്ലയന്റിന്റെ സാമ്പത്തിക സാഹചര്യം മനസിലാക്കിയ ശേഷമാണ് വേതനം നിശ്ചയിക്കുന്നത്. അത് ക്രെഡിറ്റ് കാർഡ് വഴിയോ, പല തവണകളായി അടക്കാവുന്ന രീതിയിലോ ക്രമീ

കരിക്കാം.

<u>പുനരധിവാസ പദ്ധതി:</u>

ഇത്രയും നാൾ ജീവിച്ചത് തെറ്റായ ദിശയിലായിരുന്നു എന്ന ബോധ്യം ഒരുനാൾ മനസ്സിൽ വരുമ്പോൾ, അതിനെ വിശദീകരിക്കാൻ വലിയ വാക്കുകൾ ആവശ്യമില്ല. ഒരു വാക്ക് മതി. ഒരു ഫോൺ കോൾ മതി. ചിലപ്പോൾ നമ്മൾ തന്നെ തിരിച്ചറിയാതെ തെറ്റായ കൂട്ടായ്മകളിൽ അകപ്പെട്ടിട്ടുണ്ടാവാം, തെറ്റായ ഇടങ്ങളിൽ, തെറ്റായ ആളുകളോടൊപ്പം ജീവിച്ചിട്ടുണ്ടാവാം. അതൊരു കുറ്റമല്ല. ജീവിതം പലപ്പോഴും മനുഷ്യരെ അവിടെയേക്കാണ് നയിക്കുന്നത്.

അത്തരം സാഹചര്യങ്ങളിൽ ഞങ്ങൾ ചെയ്യുന്നത് ഉപദേശിക്കുക അല്ല. ആദ്യം നിങ്ങളുടെ അവസ്ഥ മനസ്സിലാക്കുകയാണ്. പിന്നെ, നിങ്ങളുടെ ആവശ്യം തിരിച്ചറിഞ്ഞ്, നിങ്ങൾക്ക് അനുയോജ്യമായ, നിങ്ങൾ അർഹിക്കുന്ന, നിങ്ങളുടെ ജീവിതം നല്ല ദിശയിലേക്ക് മാറാൻ സഹായിക്കുന്ന ആളുകളിലേക്കും സ്ഥലങ്ങളിലേക്കും നിങ്ങളെ എത്തിക്കുക എന്നതാണ് ഞങ്ങളുടെ സമീപനം. ഇത് പെട്ടെന്നുള്ള മാറ്റം വാഗ്ദാനം ചെയ്യുന്ന പദ്ധതിയല്ല. ഒരു രാത്രിയിൽ എല്ലാം ശരിയാകുമെന്ന് പറയുന്നതുമല്ല. നിങ്ങൾ തന്നെ മാറ്റം തിരിച്ചറിയുന്ന രീതിയിലാണ് ഈ പുനരധിവാസം നടക്കുന്നത്.

ഇതിന് ഞങ്ങൾ മുൻകൂട്ടി നിശ്ചയിച്ച ഒരു വേതനം വാങ്ങാറില്ല. ഞങ്ങളുടെ ഇടപെടൽ നിങ്ങളുടെ ജീവിതത്തിൽ ഒരു മാറ്റം ഉണ്ടാക്കിയതായി നിങ്ങൾക്ക് തോന്നുമ്പോൾ മാത്രമാണ് വേതനത്തിന്റെ കാര്യത്തിൽ സംസാരിക്കുക. ഞങ്ങൾ നൽകിയ ഉറപ്പ് യാഥാർത്ഥ്യമായെന്ന് നിങ്ങൾക്ക് ബോധ്യമായാൽ, അതിന് നിങ്ങൾ നിശ്ചയിക്കുന്ന വില തന്നെയാണ് ഞങ്ങൾക്ക് മതിയാകുന്നത്.

ഈ പ്രധാന സേവനങ്ങൾക്ക് പുറമെ, ഓൺലൈൻ ആയിയും ഓഫ്‌ലൈൻ ആയിയും ഞങ്ങൾ കുറച്ച് ചെറുസേവനങ്ങളും ഒരുക്കിയിട്ടുണ്ട്. അത് പ്രത്യേകിച്ച് ഇന്നത്തെ മലയാളിക്കാ

യി തന്നെയാണ്. എന്തും ഗൂഗിളിനോടും ചാറ്റ് ജിപിടിയോടും ചോദിക്കുന്ന, പക്ഷേ സ്വന്തം മനസ്സിലുള്ള കുഴപ്പം ആരോടും തുറന്നു പറയാൻ പറ്റാതെ നിൽക്കുന്ന മലയാളിക്കായി.

അവിടെയാണ് ഈ വാട്സാപ്പ് ബോട്ട് ഇടപെടുന്നത്. പൂർണമായും സാങ്കേതികവിദ്യ ഉപയോഗിക്കാതെ ഒരു മനുഷ്യ മനസ്സിന്റെ മേൽനോട്ടത്തിലാണ് ഇത് പ്രവർത്തിക്കുന്നത്, വലിയ ഉപദേശങ്ങൾ നൽകാനല്ല. ജീവിതം തിരുത്തിക്കുട്ടാനുമല്ല. ഒറ്റപ്പെടൽ അനുഭവിക്കാൻ പാടില്ല എന്നത് മാത്രമാണ് ഉദ്യേശം,

ഇവിടെ പേര് പറയണമെന്നില്ല. മുഖം കാണിക്കണമെന്നില്ല. ആവശ്യം എന്ന് തോന്നിയാൽ പണം കൊടുക്കാം. ഇഷ്ടപ്പെട്ടാൽ സബ്സ്ക്രിപ്ഷൻ എടുക്കാം. മനുഷ്യൻ ഒളിപ്പിച്ചു വെക്കുന്ന ഭയത്തെ, ഡിജിറ്റലായി, അല്പം ലഘുവായി കൈകാര്യം ചെയ്യുക. അത്ര മാത്രം.

കേട്ടാൽ നിസ്സാരമെന്നു തോന്നുന്ന ഈ ചെറു സേവനങ്ങൾ പക്ഷെ പലർക്കും വലിയ ആശ്വാസമാണ്.ഇങ്ങനെ വലുതും ചെറുതുമായ പല സേവനങ്ങളും നമ്മുടെ ബൗണ്ടറി പ്രൈവറ്റ് ലിമിറ്റഡ് വഴി നൽകുന്നു.ഞങ്ങൾ ആരെയും രക്ഷിക്കാമെന്ന് വാഗ്ദാനം ചെയ്യുന്നില്ല. പക്ഷേ ആരും ഒറ്റക്ക് ആവില്ല എന്ന് ഉറപ്പു തരാം. ഇവിടെ നല്ലവരും ചീത്തവരും ഇല്ല. ശുദ്ധാന്മാരുമില്ല, വില്ലന്മാരുമില്ല. ജീവിക്കാൻ ശ്രമിക്കുന്ന മനുഷ്യരാണ് ഉള്ളത്. അവരുടെ കൂടെ ഒരാൾ ആത്മാർത്ഥതയോടെ നിന്നാൽ, പലപ്പോഴും അത്രയും മതി.

ഇത്രയും പറഞ്ഞു ഷാഹുലിന്റെ തൊണ്ട വറ്റി. ചോദിക്കാതെ തന്നെ അരവിന്ദ് ഒരു വെള്ളക്കുപ്പി ഷാഹുലിനു നേരെ നീട്ടി, ഷാഹുൽ അത് കൊതിയോടെ കുടിച്ചു. അപ്പോൾ ഞാൻ ചോദിച്ചു.

“ഷാഹുലേ...ഞാൻ വന്നാൽ നീയെന്റെ കൈയിൽ നിന്ന് ഫീസ് വാങ്ങുമോ?”

അവൻ ചിരിച്ചു. വളരെ ലളിതമായൊരു ചിരി.

“ഇത് തുടങ്ങിയത് തന്നെ നിന്റെ വിഷമം കണ്ടിട്ടാടാ. നീ ഇതിന്റെ ഫൗണ്ടർ ആണെന്ന് അങ്ങ് കൂട്ടിക്കോ.

പിന്നെ നിന്റെ കൈയിൽ നിന്ന് എങ്ങനാടാ പൈസ വാങ്ങുന്നേ?"

ഒരു നിമിഷം മിണ്ടാതിരുന്ന് എന്റെ മുഖത്തേക്ക് നോക്കി അവൻ കൂട്ടിച്ചേർത്തു

"ഈ സേവനങ്ങളൊന്നുമല്ല നിനക്ക്.

നിനക്ക് ഞങ്ങളുണ്ട്.അത് മതി."

അപ്പോൾ എനിക്ക് മനസ്സിലായി.ചില കാര്യങ്ങൾക്ക് പേരില്ല.ചില ബന്ധങ്ങൾക്ക് കണക്കുമില്ല.ഇത് ഒരു സേവനമല്ല. ഇത് ഒരു ബിസിനസുമല്ല.ഒരാൾ വീഴുമ്പോൾ ഒറ്റയ്ക്കാകരുതെന്ന് ഉറപ്പാക്കുന്ന ഒരു ചെറിയ മനുഷ്യൻമാരുടെ കൂട്ടമാണ്. അതിൽ എനിക്കും ഒരു ഭാഗം ആവണം എന്ന് അതിയായ ആഗ്രഹം തോന്നി.

8

നഗരമധ്യത്തിൽ തന്നെ ആയിരുന്നു ബൗണ്ടറി പ്രൈവറ്റ് ലിമിറ്റഡ്ന്റെ ഓഫീസ് സ്ഥിതി ചെയ്തിരുന്നത്,തിരക്കുകൾക്കിടയിൽ ഒളിഞ്ഞു നിൽക്കുന്ന ഒരു ഇടം.അവിടെ തന്നെ പല തരംജോലികൾ ചെയ്തു ഞാനും അവർക്കൊപ്പം നിന്നു ,അബദ്ധങ്ങളും തെറ്റുകളും പറ്റുമ്പോൾ അരവിന്ദ് വളരെ സൗമ്യമായി എവിടെയാണ് പിഴവ് സംഭവിച്ചതെന്ന് വ്യക്തമായി പറഞ്ഞു തന്നു

ഫോണിലൂടെയും നേരിട്ടും അവിടെ വന്ന പലതരത്തിലുള്ള ആളുകളെ കാണാനിടയായി, പരിചയപെടാൻ സാധിച്ചു,ചില പ്രശ്നങ്ങൾ കേൾക്കുമ്പോൾ ചെറുതായി തോന്നും. പക്ഷേ അത് പറയുന്നവന്റെ കണ്ണിലേക്കു നോക്കിയാൽ അത് അവനു എത്ര വലുതാണെന്ന് മനസ്സിലാകും.

രാഷ്ട്രീയപരമായും, അല്ലാതെയും വന്ന ചെറുതും വലുതുമായ വെല്ലുവിളികളെ ഷാഹുൽ മുന്നിൽ നിന്ന് സധൈര്യം നേരിട്ടു. അവന്റെ കനൽ കെടുത്താൻ മാത്രം പോന്ന ഒന്നിനെയും

ഞാനിത് വരെ കണ്ടിട്ടില്ല.അങ്ങനെ മാസങ്ങൾ കടന്നു പോയി. സമയം പോകുന്നത് ഞാൻ ശ്രദ്ധിച്ചില്ല. ഒരിക്കൽ തിരിഞ്ഞു നോക്കിയപ്പോൾ, എന്റെ ഉള്ളിലെ പല മുറിവുകളും ഞാൻ തന്നെ അറിയാതെ ഭേദമായിരുന്നു, അശ്വിന്റെ സ്ഥിതിയും പതിയെ മെച്ചപ്പെട്ടു വരുന്നുണ്ടായിരുന്നു, ഇടക്ക് ഞങ്ങൾ എല്ലാവരും ഹരിയുടെ ഫ്ളാറ്റിൽ ഒരുമിച്ചു കൂടും. പഴയകാലത്തെ ഓർമ്മപ്പെടുത്തുന്നവിധം ഒരുപാട് സംസാരിക്കും, ചിരിക്കും, പാട്ടു പാടും, ചിലപ്പോൾ ഒന്നും പറയാതെ 4 പേരും ഓരോ മൂലയിൽ മിണ്ടാതിരിക്കും, സ്വസ്ഥതയോടെ..

പതുകെ പതുകെ എല്ലാം ഓരോന്ന് ഓരോന്ന് ആയി ശെരിയായി വരുന്നു.

മെഹറിന്റെ മുഖം ഇപ്പോൾ എന്നെ വേട്ടയാടാറില്ല. അതിനുള്ള സാഹചര്യവുമില്ല. ജീവിതം വളരെ വേഗത്തിൽ മുന്നോട്ട് പോകുന്നു. ഞാൻ ആ ഒഴുക്കിനൊപ്പം തന്നെ പോവുന്നു. ദിവസങ്ങൾ വളരെ തിരക്കുകൾ എറിയതായിരുന്നു, ജോലികൾ, ആളുകൾ, ഉത്തരവാദിത്വങ്ങൾ. ഇതിനു ഇടയിൽ ഇരുന്ന് ആലോചിക്കാനും പഴയതൊക്കെ ഓർത്ത് കരയാനും സമയം കിട്ടാറില്ല. ഒരുപക്ഷേ, അങ്ങനെ തിരക്കിലായിരിക്കുക തന്നെ ജീവിതം എന്നെ സംരക്ഷിക്കുന്ന ഒരു വഴിയായിരിക്കാം.

എല്ലാ ദിവസവും ഞാൻ അമ്മയെ വിളിക്കും. വലിയ കാര്യങ്ങളൊന്നുമില്ല. “സുഖമാണോ?”.”എന്തുണ്ട്?” എന്നൊക്കെ. പക്ഷേ എന്റെ ശബ്ദത്തിൽ വന്ന മാറ്റം അമ്മക്ക് മനസ്സിലാകുന്നുണ്ട്. അതു കേട്ടാൽ ആ സാധുവിന് സന്തോഷമാവും. മനസ്സിന് ഒരു സമാധാനവും. പാവം. ഞാൻ നന്നായാൽ മണർകാട് പള്ളിയിൽ ഒരു മുത്തുക്കുട നേർന്നിട്ടുണ്ടായിരുന്നു അമ്മ. അതു പറയുമ്പോൾ അമ്മയുടെ ശബ്ദത്തിൽ ഒരു ഉറച്ച വിശ്വാസമുണ്ട്. എന്നോട് ഉള്ള വിശ്വാസം. ഇനി നാട്ടിൽ ചെല്ലുമ്പോൾ ആ നേർച്ച മറക്കാതെ കഴിക്കണം. അമ്മേയ്ക്ക് സന്തോഷമാവട്ടെ. അത്ര മാത്രം.

ഒരു ദിവസം അങ്ങനെ വിളിച്ചപ്പോൾ, അപ്രതീക്ഷിതമാ

യി ഫോൺ എടുത്തത് അച്ഛനായിരുന്നു. ഒരു നിമിഷം ഞാൻ മിണ്ടാതെ നിന്നു. "ഹലോ" എന്ന് പറഞ്ഞതിനു ശേഷം, അച്ഛൻ വേറെ ഒന്നും ചോദിച്ചില്ല. ഒരൊറ്റ ചോദ്യം മാത്രം.

"നീ വല്ലോം കഴിച്ചോ മോനെ?"

ആ ഗാംഭീര്യമുള്ള ശബ്ദത്തിനുള്ളിൽ ഒളിപ്പിച്ചുവെച്ചിരുന്ന വാത്സല്യം ഞാൻ തിരിച്ചറിഞ്ഞിട്ട് എത്ര നാളുകളായിരുന്നുവെന്ന് എനിക്കുതന്നെ അറിയില്ല. അച്ഛൻ അധികം സംസാരിക്കുന്ന ആളല്ല. സ്നേഹം വാക്കുകളാക്കി പറയുന്ന ആളുമല്ല. പക്ഷേ ആ ഒരു ചോദ്യത്തിൽ എല്ലാം ഉണ്ടായിരുന്നു,കരുതലും, ശ്രദ്ധയും, അവകാശവും.

അറിയാതെ എന്റെ കണ്ണുകൾ നിറഞ്ഞു. ഞാൻ കരഞ്ഞു പോയി. സങ്കടം കൊണ്ടല്ല. സന്തോഷം കൊണ്ടുമല്ല. എന്തു കൊണ്ടാണെന്ന് എനിക്കുതന്നെ വ്യക്തമല്ല. പക്ഷേ ആ നിമിഷം എനിക്ക് തോന്നി,ജീവിതം ഇത്രയും ബുദ്ധിമുട്ടുള്ളതായിട്ടും അതിനെ പിടിച്ചു നിർത്തുന്നത് വലിയ കാര്യങ്ങളല്ലെന്ന്. ഇത് പോലെ ചെറിയ നിമിഷങ്ങൾ ആണ്.ഇത്രയും കാലം ഞാൻ തിരഞ്ഞു നടന്ന ആശ്വാസം ഇങ്ങനെ, ഒരു ലളിതമായ ചോദ്യമായി, സ്നേഹമായി എപ്പോഴും എനിക്കായി കാത്തുനിന്നിരുന്നു.

എനിക്കായി മറ്റൊന്ന് കൂടി കാത്തിരിക്കുന്നുണ്ടായിരുന്നു. എന്റെ ജീവിതത്തിൽ പ്രധാനപ്പെട്ട ഒരു അദ്ധ്യായം ആവാൻ പോവുന്ന മറ്റൊന്ന്. കമ്പനിയിൽ പുതിയതായി ജോലിക്ക് വന്ന ഒരാൾ.

ശ്രീദേവി.

പ്രധാനമായും കണക്കുകൾ നോക്കിയിരുന്ന ശ്രീദേവി പാലക്കാട്ടുകാരിയാണ്, ജോലിയുടെ കൂടെ തന്നെ വിവിധ പരീക്ഷകൾക്ക് തയാറെടുക്കാനും കൂടിയാണ് ഇങ്ങോട്ടേക്ക് മാറി താമസിച്ചത്.അരവിന്ദിന്റെ നിർദേശപ്രകാരം അവൾക് താമസ സൗകര്യവും ഭക്ഷണത്തിനു മെസ്സുമെല്ലാം ഒരുക്കി കൊടുത്ത് ഞാൻ ആയിരുന്നു, അങ്ങനെ ഞങ്ങൾ പരിചയപ്പെട്ടു.

നന്നായി സംസാരിക്കുന്ന, എന്നാൽ സംസാരിക്കുന്നതി

നെല്ലാം വ്യക്തതയും കൃത്യതയും ഉള്ള ഒരു മിടുക്കി പെൺകുട്ടി. അതുകൊണ്ടാവാം, അധികം സമയം എടുത്തില്ല, ഞങ്ങൾ പെട്ടെന്ന് തന്നെ സൗഹൃദത്തിലായി.

ഒരിക്കൽ ശ്രീദേവി നാട്ടിൽ പോയിട്ട് തിരിച്ചു വന്ന ദിവസം എന്നോട് ചോദിച്ചു

“ഡേവിഡെ.. ഉച്ചക്ക് എവിടെ നിന്ന കഴിക്കുന്നേ?”

“അങ്ങനെ ഒന്നുമില്ല, എവിടെ നിന്നെങ്കിലും, ശ്രീദേവിയും വരുന്നോ ?”

“ഇല്ല ഞാൻ വീട്ടിൽ നിന്ന് ഭക്ഷണം കൊണ്ടുവന്നിട്ടുണ്ട്. ഡേവിഡിനും എടുത്തിട്ടുണ്ട്, ഇന്ന് നമുക്ക് ഒരുമിച്ചു കഴിച്ചാലോ?»

സ്വാഭാവികമായി തന്നെ ഞാൻ മറുപടി പറഞ്ഞു

“പിന്നെന്താ കഴിക്കാല്ലോ...”

അങ്ങനെ അന്ന് ഞങ്ങൾ ഒരുമിച്ച് ഓഫീസിന്റെ സ്റ്റാഫ് റൂമിൽ ഇരുന്നു ഭക്ഷണം കഴിച്ചു. ചെറിയൊരു ടേബിൾ മാത്രമായിരുന്നതുകൊണ്ട് ശ്രീദേവി കൊണ്ടുവന്ന വിഭവങ്ങൾ മുഴുവൻ നിരത്താൻ പോലും സ്ഥലം കിട്ടിയില്ല. എന്നാലും അവൾ കൊണ്ടുവന്നതെല്ലാം അവിടെയങ്ങനെ ഒതുങ്ങി. ഏറെ നാളുകൾക്കു ശേഷം മനസ്സ് നിറഞ്ഞു ഞാൻ ഭക്ഷണം കഴിച്ചു. അത്രയ്ക്ക് സ്വാദുണ്ടായിരുന്നു. ഭക്ഷണത്തിന്റെ സ്വാദാണോ, അതോ അങ്ങനെ ഒരുമിച്ച് ഇരുന്ന് കഴിച്ചതിന്റെ ആശ്വാസമാണോ എന്നെനിക്ക് തന്നെ വ്യക്തമല്ല.

കഴിക്കുന്ന കൂടെ ശ്രീദേവി നാട്ടിലെയും വീട്ടിലെയും വിശേഷങ്ങൾ പറഞ്ഞു,

വലിയ അലങ്കാരങ്ങൾ ഒന്നുമില്ലാതെ, കേൾക്കാൻ വളരെ സുഖമുള്ളൊരു സംസാരശൈലി. അത്യാവശ്യം സമ്പത്തുള്ള വീട്ടിൽ നിന്നാണ് അവൾ വരുന്നത്. പക്ഷേ അതിന്റെ യാതൊരു ഭാവമോ അവളുടെ സംസാരത്തിലോ പെരുമാറ്റത്തിലോ ഒരിടത്തും ഇല്ലായിരുന്നു. സ്വന്തമായി പഠിച്ചു, ജോലി നേടി, സ്വന്തം കാലിൽ നിൽക്കണം എന്ന തീരുമാനവുമായി ഇങ്ങോട്ടേക്ക് വണ്ടി കയറിയതാണ് അവൾ. കൃത്യമായ നില

പാട്ടുകളും ഉറച്ച തീരുമാനങ്ങളും കൊണ്ട് മുന്നോട് പോവുന്ന ഒരു പെൺകുട്ടി

അങ്ങനെ സംസാരിച്ചുകൊണ്ടിരിക്കുമ്പോഴാണ് അവൾ പെട്ടെന്ന് ചോദിച്ചത്

"ഡേവിഡ്... ഓക്കേ അല്ലേ?"

ആ ചോദ്യം ഞാൻ ഒട്ടും പ്രതീക്ഷിച്ചില്ല. കഴിച്ചുകൊണ്ടിരുന്നപ്പോൾ തന്നെ നെറുകയിലേക്ക് കയറി. ഞാൻ ഒന്ന് ചുമച്ചു. അത് കണ്ടതും അവൾ പെട്ടെന്ന് എഴുന്നേറ്റ് എന്റെ അടുത്ത് വന്ന് തലയിൽ രണ്ടു തവണ സാവധാനം തട്ടി, ശേഷം വെള്ളക്കുപ്പി എന്റെ നേരെ നീട്ടി. ഒരു അമ്മ ചെയ്യുന്ന കരുതലോടു കൂടെ.

അപ്പോഴേക്കും പിന്നിലെ വാതിൽ തുറന്ന് ഷാഹുൽ അകത്തേക്ക് വന്നു. അവൻ എന്നെ ഒന്ന് നോക്കി, ഒരു കുസൃതിച്ചിരി ചിരിച്ചു, ഒന്നും പറയാതെ തന്നെ തിരിഞ്ഞു വാതിൽ തുറന്നു പോയി. ശ്രീദേവി അത് കണ്ടില്ല. പക്ഷേ ഞാൻ കണ്ടു. അവൻ അങ്ങനെ ചിരിക്കാൻ മാത്രം അവിടെ എന്താണ് ഉണ്ടായത് എന്ന് ഞാൻ തന്നെ ഒരു നിമിഷം ചിന്തിച്ചു.

വെള്ളം കുടിച്ചു കഴിഞ്ഞ് ഞാൻ ചോദിച്ചു

"അതെന്താ ശ്രീദേവി അങ്ങനെ ചോദിച്ചേ?"

അവൾ കുറച്ചു നേരം ഒന്നും പറഞ്ഞില്ല. പിന്നെ, പറഞ്ഞു

"ഞാൻ ഇവിടെ വന്നപ്പോൾ മുതൽ ഡേവിഡിനെ ശ്രദ്ധിച്ചിരുന്നു. പലപ്പോഴും താൻ ഇവിടെ ഇല്ലാത്തത് പോലെയാണ്. ശരീരം ഇവിടെ ഉണ്ടെങ്കിലും, മനസ്സ് വേറെയൊരിടത്ത് പോയിരിക്കുന്നത് പോലെ. എന്തോ... എവിടെയോ ഒന്ന് മിസ്സിംഗ് ഉള്ളത് പോലെ."

അവളുടെ ശബ്ദത്തിൽ കൗതുകമോ ഇടപെടലോ ഇല്ലായിരുന്നു. ഒരു നിരീക്ഷണം, അത്ര മാത്രം.

ഞാൻ മെല്ലെ ചിരിച്ചു.

"എയ്... തനിക്ക് തോന്നിയതാവും."

"ചിലപ്പോൾ ആയിരിക്കും," അവൾ പറഞ്ഞു. "ഭക്ഷണം എങ്ങനെയുണ്ട്?"

റൂഹ്

"കുറെ നാളായി ഇത്രയും സ്വാദുള്ള ഭക്ഷണം കഴിച്ചിട്ട്," ഞാൻ പറഞ്ഞു.

അത് കേട്ടപ്പോൾ ശ്രീദേവി ഒന്ന് ചിരിച്ചു. കുഞ്ഞു നുണക്കുഴികൾ തെളിഞ്ഞു.

"ആണോ?" അവൾ പറഞ്ഞു. "എങ്കിൽ ഞാൻ ഇനി മുതൽ കുക്ക് ചെയ്ത് കൊണ്ടുവരട്ടേ? മെസ് നിർത്തിയാലോ എന്ന് ആലോചിക്കുകയാണ്. ഭക്ഷണം ഒന്നും ശരിയാവുന്നില്ല. എനിക്ക് നന്നായി ഉണ്ടാക്കാൻ അറിയാം. നമുക്ക് എന്നാൽ അങ്ങനെ ചെയ്താലോ? അവശ്യസാധനങ്ങൾ എല്ലാം ഒരുമിച്ച് വാങ്ങാം. ഹോസ്റ്റലിൽ പാചകം ചെയ്യാനുള്ള സൗകര്യവും ഉണ്ടല്ലോ."

അവൾ എന്തൊക്കെയോ പറഞ്ഞു കൊണ്ടിരുന്നു. പക്ഷേ ഞാൻ അതൊന്നും ശ്രദ്ധിച്ചില്ല. ഞാൻ അവളുടെ മുഖത്തേക്ക് നോക്കി ഇരിക്കുകയായിരുന്നു. ആ നുണക്കുഴികളിലേക്ക്. ഇത്രയും ദിവസം ഒരുമിച്ച് ജോലി ചെയ്തിട്ടും, ഞാൻ ഇതുവരെ അവ ശ്രദ്ധിച്ചില്ലല്ലോ എന്ന തോന്നൽ. എനിക്ക് തന്നെ ഒന്ന് അത്ഭുതമായി.

"ഡേവിഡ്... എന്താ ആലോചിക്കുന്നേ?" അവൾ വീണ്ടും ചോദിച്ചു. "നമുക്ക് അങ്ങനെ തന്നെ ചെയ്താലോ?"

"പിന്നെന്താ... ചെയ്യാല്ലോ," എന്താണ് കാര്യം എന്ന് പോലും പൂർണമായി മനസ്സിലാകാതെ ഞാൻ തലയാട്ടി പറഞ്ഞു.

വൈകിട്ട് ഓഫീസ് കഴിഞ്ഞ് അരവിന്ദിന്റെ കൂടെ പുറത്തേക്ക് ഇറങ്ങിയപ്പോഴാണ് ഞാൻ അവളെ വീണ്ടും കണ്ടത്. ശ്രീദേവി ഓഫീസിന് മുന്നിൽ നിൽക്കുകയായിരുന്നു. കയ്യിലെ വാച്ച് ഇടയ്ക്കിടയ്ക്ക് നോക്കുന്നു. ആ കണ്ണുകളിൽ ഒരു കാത്തിരിപ്പ് ഉണ്ടായിരുന്നു. അവൾ എന്നെ കണ്ട നിമിഷം തന്നെ അത് എനിക്ക് മനസ്സിലായി,ആ കാത്തിരിപ്പ് എനിക്ക് വേണ്ടിയാണെന്ന്.

എപ്പോഴത്തെയും പോലെ ഒന്നും പറയാതെ, എല്ലാം മനസ്സിലാക്കിയവണ്ണം, അരവിന്ദ് എന്നെ അവിടെ ഒറ്റയ്ക്ക് വിട്ട് ഒരു ചെറുപുഞ്ചിരിയോടെ നടന്നു നീങ്ങി.

ഞാൻ ശ്രീദേവിയുടെ അടുത്തേക്ക് നടന്നു. ഉച്ചക്ക് കണ്ട ആ നുണക്കുഴികൾ ഇപ്പോൾ കാണാനില്ല. അത് എവിടെ പോയെന്നു ഞാൻ അറിയാതെ തന്നെ ചിന്തിച്ചു.

അവൾ എന്നെ നോക്കി ചോദിച്ചു."കഴിച്ചുകൊണ്ടിരുന്ന പ്പോൾ പറഞ്ഞതൊക്കെ മറന്നു പോയോ?"

"ഏയ്... ഇല്ല," ഞാൻ പറഞ്ഞു. എന്റെ ശബ്ദത്തിൽ ചെറിയൊരു ചമ്മലുണ്ടായിരുന്നു.

"എങ്കിൽ നമുക്ക് പോയാലോ," അവൾ പറഞ്ഞു.

"എങ്ങോട്ട്?"

"അതെ ശരി," ശ്രീദേവി ഒന്ന് ചിരിച്ചു. "അപ്പൊ കുക്ക് ചെയ്യാൻ വേണ്ട സാധനങ്ങൾ ഒന്നും വേണ്ടേ? ചെറിയൊരു ഷോപ്പിംഗ്. ഡേവിഡ് എന്റെ കൂടെ വാ. കടകൾ ഒക്കെ അടുത്ത ല്ലേ. നമുക്ക് മെല്ലെ നടക്കാം."

അപ്പോഴേക്കും സന്ധ്യയോട് അടുത്തിരുന്നു. ഇപ്പോൾ മഴ പെയ്യുമെന്ന തോന്നൽ ഉണ്ടാക്കുന്ന പോലെ ആകാശം മൂടിക്കെ ട്ടി നിന്നു. ഒരു ചെറുതണുപ്പും, കാറ്റും, കറുത്ത മേഘങ്ങളും ചേർന്ന് ഒരു വല്ലാത്ത വന്യമായ ശാന്തത. ശ്രീദേവിയുടെ ശബ്ദത്തിനും അതേ ശാന്തത തന്നെയാണെന്ന് എനിക്ക് തോന്നി. ഞങ്ങൾ ഒരുമിച്ചു മെല്ലെ നടന്നു.

പല കടകളിൽ കയറി. പച്ചക്കറികളും അരിയും പാത്രങ്ങളും അടക്കം അങ്ങനെ പല സാധനങ്ങൾ വാങ്ങി. ശ്രീദേവിയെ കൊണ്ട് ഞാൻ ഒരു കൂട്ട പോലും എടുപ്പിച്ചില്ല. എല്ലാം ഞാൻ തന്നെ കൈയിൽ എടുത്തു നടന്നു. പക്ഷേ എന്റെ ബുദ്ധിമുട്ട് അവൾ ശ്രദ്ധിച്ചെന്ന പോലെ, രണ്ട് കൂട്ടകൾ അവൾ നിർബ ന്ധിച്ച് എന്റെ കയ്യിൽ നിന്ന് വാങ്ങി. ഞാൻ അതിന് എതിർത്ത് ഒന്നും പറഞ്ഞില്ല.

സമയം പോയത് അറിഞ്ഞതേയില്ല. രാത്രി ആയാലും ഉറങ്ങാത്ത ആ നഗരത്തിലൂടെ ഞങ്ങൾ സംസാരിച്ചു നടന്നു. ശ്രീദേവി അവളുടെ ഒരുപാട് കാര്യങ്ങൾ പറഞ്ഞു. ഞാൻ എന്റെ കാര്യങ്ങളും പറഞ്ഞു. ഇടയ്ക്കിടയ്ക്ക് നിശ്ശബ്ദത വന്നു. അപ്പോഴും

മെഹറിനെ കുറിച്ച് ഞാൻ ഒന്നും പറഞ്ഞില്ല. എന്തുകൊണ്ടാണെന്ന് എനിക്കുതന്നെ അറിയില്ല. പറയാൻ മനസ്സുണ്ടായില്ല.

കയ്യിൽ നിറയെ സാധങ്ങളും കൊണ്ട് ഇടക്ക് ഒരു ചായ കുടിക്കാൻ കയറി. സാധനങ്ങൾ എല്ലാം ഒരു കസേരയിൽ ഒതുക്കി വെച്ചു. അതിന്റെ ഇപ്പുറത്തെ കസേരയിൽ ഈ സാധങ്ങളുടെ കൂടെ ഞെരുങ്ങി ഇരിക്കാൻ അസൗകര്യം തോന്നുമെന്നതിനാൽ ഞങ്ങൾ മുഖാമുഖം അല്ല, ഒരേ നിരയിൽ ചേർന്ന് ഇരിക്കുകയായിരുന്നു. ചായയുടെ ചൂട് കൈയിൽ പിടിച്ചു, പുറത്തെ റോഡിലെ വെളിച്ചവും ശബ്ദവും നോക്കി, ഞങ്ങൾ അങ്ങനെ കുറച്ചു നേരം ഒന്നും പറയാതെ ഇരുന്നു.

ആ നീണ്ട നടത്തം അവസാനിപ്പിച്ചു ഞങ്ങൾ ഒന്ന് ഇരുന്നപ്പോഴേക്കും, പരസ്പരം ഒരുപാട് അടുത്തിരുന്നു,അറിഞ്ഞിരുന്നു. എങ്കിലും എനിക്ക് അതൊരു നല്ല സൗഹൃദത്തിന് അപ്പുറം ഒന്നുമായിരുന്നില്ല. ശ്രീദേവിക്കും അങ്ങനെ തന്നെയാണെന്ന് ഞാൻ തന്നെ വിശ്വസിച്ചു. അതിനപ്പുറം ചിന്തിക്കാനും എനിക്ക് തോന്നിയില്ല.

ചായ കുടിച്ചു കഴിഞ്ഞ് ഹോസ്റ്റലിലേക്കുള്ള വഴി ഞങ്ങൾ ഒന്നും സംസാരിച്ചില്ല. എന്ത് പറയണം എന്ന് അറിയാത്തതുകൊണ്ടല്ല. പറയാതെ പോകുന്നത് തന്നെയാണ് ശരിയെന്ന് തോന്നിയത്. ആ നിശ്ശബ്ദത ഒട്ടും അസൗകര്യമുണ്ടാക്കിയില്ല. മറിച്ച്, അതിൽ ഒരു സുഖം ഉണ്ടായിരുന്നു. വഴിയിലെ ലൈറ്റുകൾ, കടകളുടെ ശബ്ദം, കാറ്റിന്റെ തണുപ്പ് എല്ലാം ആ നിശ്ശബ്ദതയ്ക്ക് കൂട്ടായി നടക്കുകയായിരുന്നു. ഹോസ്റ്റലിന്റെ പടിവാതിൽക്കൽ എത്തിയപ്പോൾ ശ്രീദേവി യാത്ര പറയാൻ എന്നപോലെ ഒന്ന് നിന്നു.

“അപ്പൊ ശെരി ഡേവിഡ്, നാളെ കാണാം “

ഞാനും ശെരി എന്ന രീതിയിൽ പുഞ്ചിരിച്ചുകൊണ്ട് തലയാട്ടി. ഞാൻ മെല്ലെ തിരിഞ്ഞു നടക്കാൻ ഒരുങ്ങവെ എന്റെ കൈയിൽ പിടിച്ചു നിർത്തുന്നത് പോലെ വീണ്ടും ആ മൃദുവാർന്ന ശബ്ദം

“ഇന്ന് നല്ലൊരു ദിവസം ആയിരുന്നു,ഒരുപാട് നാളായി

എനിക്ക് ഇങ്ങനെ മനോഹരമായ ഒരു പകലും രാത്രിയും ഒരുമിച്ചു കിട്ടുന്നത്"

ഞാൻ മറുപടി ഒന്നും പറഞ്ഞില്ല, അടുത്തത് എന്താണ് പറയാൻ പോവുന്നതെന്ന് കാതോർത്തു നിന്നു, പക്ഷെ ഒരു നേർത്ത പുഞ്ചിരിയാണ് പകരം ലഭിച്ചത്.

അപ്പോഴാണ് ആ നുണക്കുഴികൾ വീണ്ടും ഞാൻ കാണുന്നത്. ഇത്രയും നേരം അവ കാണാതിരുന്നതെന്താണെന്ന് ഞാൻ ഒന്ന് ആശ്ചര്യപ്പെട്ടു. അവളുടെ കവിളുകൾ അല്പം ചുവന്നിരുന്നു. ആ ചുവപ്പിൽ ആ നുണക്കുഴികൾക്ക് ഒരു വേറിട്ട ഭംഗി തോന്നി. എന്തോ മനസ്സിൽ ഒന്നു തട്ടി പോകുന്ന പോലെ. പെട്ടെന്ന് മുഖം താഴ്ത്തി കൈ നിറയെ സാധനങ്ങളുമായി അവൾ അകത്തേക്ക് കയറിപ്പോയി. അവളുടെ പിറകിൽ കുറച്ചു നേരം ഞാൻ അങ്ങനെ നിന്നു. പിന്നെ എനിക്ക് എന്തോ ഒന്നു നഷ്ടപെട്ടത് പോലെ ഞാൻ തിരിച്ചു നടന്നു.

9

രണ്ടാഴ്ച കടന്നു പോയിരുന്നു, ഞാനും ശ്രീദേവിയും ഇപ്പോൾ എല്ലാ ദിവസവും ഒരുമിച്ചാണ് ഭക്ഷണം കഴിക്കാറ്, ഓരോ ദിവസവും അവൾ പല തരം വിഭവങ്ങൾ ഉണ്ടാക്കിക്കൊണ്ട് വരും, എല്ലാത്തിനും അസാധ്യമായൊരു സ്വാദുണ്ടാകും.

ഒരു ദിവസം ഞാൻ അവളോട് ചോദിച്ചു.

"ശ്രീദേവിക് ഇത് ബുദ്ധിമുട്ട് ആവില്ലേ, എനിക്കും കൂടെ ഉണ്ടാക്കുമ്പോൾ, പഠിക്കാൻ ഒക്കെയായി വന്നതല്ലേ ഇവിടെ, അതിനു സമയം കിട്ടുന്നുണ്ടോ?

ഭക്ഷണം കഴിച്ചുകൊണ്ട് തന്നെ നിഷ്കളങ്കമായി അവൾ പറഞ്ഞു

"എനിക്ക് എന്ത് ബുദ്ധിമുട്ട്, എനിക്ക് ഇഷ്ടമാണ് കുക്ക് ചെയ്യാൻ, പിന്നെ പഠിക്കാൻ ഉള്ള സമയം, ഞാൻ നന്നായി പഠിക്കും ഡോവിഡോ. അതൊന്നും ഒരു കുഴപ്പമില്ല, പിന്നെ എടോ.

എന്നെ ഇപ്പോഴും ഇങ്ങനെ ശ്രീദേവി എന്ന് വിളിക്കണമെന്നില്ല, ഒന്നുങ്കിൽ ശ്രീ എന്ന് വിളിച്ചോ അല്ലങ്കിൽ ദേവി ന്ന് വിളിച്ചോ."

കഴിക്കാൻ ആയി എടുത്ത ഉരുള ഒരു നിമിഷം ഞാൻ വാട്ടിയ വാഴയിലയിൽ തന്നെ തിരിച്ച് വെച്ചു. ഈ വാക്കുകൾ ഞാൻ ഇതിനു മുന്പും കേട്ടിട്ടുണ്ട്, മറ്റൊരാളിലൂടെ. മറന്ന പഴയ ഓർമ്മകളിലേക് വീണ്ടും മുങ്ങാംകുഴി ഇട്ടു ആഴത്തിലേക്ക് പോവുന്നതിനു മുൻപേ തന്നെ ശ്രീദേവിയുടെ ശബ്ദം എന്നെ കരക്ക് വലിച്ചു കയറ്റി

"ഡേവിഡോ...? എഡോ..."

ഞാൻ ഒന്ന് ഞെട്ടി. ഉറക്കത്തിൽ നിന്ന് പെട്ടെന്ന് എഴുന്നേറ്റതുപോലെ ശ്രീദേവിയെ നോക്കി

"എന്ത് പറ്റി.. കറി ഇഷ്ടപ്പെട്ടില്ലേ? എന്താ കഴിക്കാത്തേ?"

"അയ്യോ അങ്ങനെ ഒന്നുമില്ല.. ഞാൻ വേറെന്തോ ആലോചിച്ചു പോയതാ,"

"എന്താ ആലോചിച്ചേ ?"

"പഴയ ഓരോ കാര്യങ്ങൾ."

"എന്നോട് പറയാൻ പറ്റുന്നെ ആണെങ്കിൽ പറയാട്ടോ. നമ്മളെ അലട്ടുന്നതൊന്നും മനസ്സിൽ ഒന്നും ഒറ്റക്ക് വെച്ചു കൊണ്ട് നടക്കരുത്, ആരോടേലും പറയുവാണേൽ അത്രയും ആശ്വാസം കിട്ടുമെന്നേ, പക്ഷെ പറയുന്നത് ആരോട് ആണെന്ന് കൂടി ശ്രദ്ധിക്കണം കേട്ടോ, ശെരിയായ ഒരാളോട് അല്ല പറയുന്നതെങ്കിൽ ഒള്ള സമാധാനം കൂടെ പോവും."

ഞാൻ ഒന്നും പറഞ്ഞില്ല. ഭക്ഷണം കഴിച്ചു കൊണ്ടിരുന്നു. വാക്കുകൾ ഉള്ളിൽ തന്നെ ഒതുങ്ങി.

അവൾ തന്റെ ഇലയിൽ നിന്നൊരു മീൻ കഷണം എടുത്ത് എന്റെ ഇലയിൽ വെച്ചു. ഒന്നും പറയാതെ തന്നെ, സ്നേഹത്തോടെയുള്ള ഒരു പങ്കിടൽ.

"എന്ത് പ്രശ്നം ഉണ്ടെങ്കിലും ഡേവിഡിന് എന്നോട് പറയാം കേട്ടോ.ഞാൻ സമാധാനം ഒന്നും കളയില്ല." ഒരു കുസൃതി ചിരിയോടെ, കരുതലോടെ അവൾ പറഞ്ഞു.

പക്ഷേ ആ ചിരിയിൽ ഒരു സത്യസന്ധത ഉണ്ടായിരുന്നു. ശെരിയാണ്, അവൾ ഉള്ളത് സത്യം പറഞ്ഞാൽ ഒരു സമാധാനം തന്നെയായിരുന്നു, ആരെങ്കിലും അടുത്തിരുന്നാൽ മാത്രം മതി എന്ന് തോന്നിക്കുന്ന ഒരു സമാധാനം. പക്ഷേ പ്രണയത്തിനും സൗഹൃദത്തിനുമിടയിൽ ഉള്ള ആ നേർത്ത രേഖ ഞാൻ ഒരിക്കലും കടക്കില്ല എന്ന് മനസ്സിൽ ഉറപ്പുണ്ടായിരുന്നു. അതുപോലെ തന്നെ, ശ്രീദേവിയും അതു മുറിച്ചു കടക്കില്ലെന്നുള്ള വിശ്വാസവും. ചില ബന്ധങ്ങൾ അങ്ങനെ തന്നെയാണ്, അതിനെ മാറ്റി മറ്റൊന്നാക്കാൻ ശ്രമിച്ചാൽ അതിന്റെ സൗന്ദര്യം തന്നെ നഷ്ടപ്പെടും.

അങ്ങനെ ഇരിക്കെയാണ് ബൗണ്ടറി പ്രൈവറ്റ് ലിമിറ്റഡിൽ വലിയൊരു തുക നിക്ഷേപിക്കാൻ കേരളത്തിലെ തന്നെ ഒരു വ്യവസായ ഭീമൻ മുന്നോട്ട് വന്നത്. ഷാഹുലിന്റെയും അരവിന്ദിന്റെയും നീണ്ട കഠിനാധ്വാനത്തിനൊടുവിലാണ് ആ അവസരം തുറന്നുവന്നത്. അവർ അത് ഒരു ചെറിയ സന്തോഷമായി വിട്ടില്ല; ഒരു ആഘോഷമാക്കണം എന്ന് തന്നെ തീരുമാനിച്ചു. ഒരു പാർട്ടി. അതിനായി ഒരു റിസോർട്ടും ബുക്ക് ചെയ്തു. ഹരിയെയും അശ്വിനെയും അടക്കം പലരെയും ക്ഷണിച്ചു, എന്റെ സുഹൃത്തുക്കളുടെ സന്തോഷത്തിനു ഉപരി എനിക്ക് വ്യക്തിപരമായി അത്ര ആവേശമോ ആഹ്ലാദമോ ഇല്ലായിരുന്നു, കാരണം എനിക്കറിയാമായിരുന്നു എന്റെ ഇടം ഇതല്ല എന്നും ഞാൻ എന്റേതായ വഴി ഉടനെ കണ്ടുപിടിക്കേണ്ടതുണ്ടെന്നും.

ശ്രീദേവിക്കും ഇതേ ചിന്ത തന്നെയായിരുന്നു. ഞങ്ങൾ രണ്ടു പേരും ഇവിടെ താത്കാലികമായി വന്നവരാണ്. അവൾക്ക് വ്യക്തമായ ഒരു സ്വപ്നവും ലക്ഷ്യവും ഉണ്ടായിരുന്നു. ഞാൻ അതിലേക്ക് നടക്കാൻ ഇപ്പോഴും തുടങ്ങുന്നതേയുള്ളൂ. അതായിരുന്നു ഞങ്ങൾ തമ്മിലുള്ള വ്യത്യാസം. അവൾ മുന്നോട്ടുള്ള വഴിയെ വ്യക്തമായി കാണുന്ന ഒരാൾ; ഞാൻ ഇപ്പോഴും വഴിയിലേക്ക് കണ്ണ് പതിപ്പിച്ചു നിൽക്കുന്ന ഒരാൾ.

വരുന്ന ഞായറാഴ്ച ആണ് പാർട്ടി വെച്ചിരിക്കുന്നത്, മദ്യവും

പാട്ടും മേളവും ഭക്ഷണവുമൊക്കെ ആയിട്ടൊരു ആഘോഷ പരിപാടി, പോവാൻ താല്പര്യം ഇല്ലായിരുന്നെങ്കിലും, ഇവരുടെ സന്തോഷത്തിൽ എനിക്ക് പങ്കു ചേരാതിരിക്കാൻ പറ്റില്ല എന്നുള്ള കാരണം കൊണ്ട് ഞാനും പോവാമെന്നു തീരുമാനിച്ചു, അശ്വിനെയും ഹരിയേയുമൊക്കെയൊന്നു കാണാമല്ലോ. ഇവിടെ തിരക്ക് ആയതിനു ശേഷം അവരെ അധികം കണ്ടിട്ടില്ല, ശ്രീദേവിക്കും വരാൻ അധികം താല്പര്യമില്ലായിരുന്നു, പക്ഷെ പോവാതിരിക്കാൻ പറ്റില്ലല്ലോ എന്നുള്ള കാരണം കൊണ്ട് അവളും വരാമെന്നു പറഞ്ഞു.

ഇനി അഞ്ചു ദിവസം കൂടിയേ ഉള്ളു ഞായറാഴ്ച ആവാൻ. ഷാഹുലും അരവിന്ദും ഭക്ഷണത്തിന്റെ ഓർഡറും അതിഥികളെ ക്ഷണിക്കുന്നതും ചെറിയ ചെറിയ ഒരുക്കങ്ങൾ മറ്റുമായി നല്ല ഓട്ടത്തിലാണ്,അന്ന് പതിവ് പോലെ രാവിലെ ഓഫീസിൽ എത്തിയ ഞാൻ ശ്രീ ദേവിയുടെ കസേര ഒഴിഞ്ഞു കിടക്കുന്നതു കണ്ടു, അത് വല്യ കാര്യമാക്കാതെ പേപ്പർ വർക്കുകൾ എല്ലാം ചെയ്തിരുന്ന ഞാൻ സമയം പോയത് അറിഞ്ഞതേയില്ല, ഉച്ചയൂണിന് എല്ലാവരും എഴുന്നേറ്റപ്പോൾ മാത്രമാണ് സമയം ഇത്രയായെന്ന് ബോധ്യമായത്. അപ്പോഴാണ് എനിക്ക് ഒരു തിരിച്ചറിവ് തോന്നിയത്, ഉച്ചയായിട്ടും ശ്രീദേവി ഭക്ഷണവുമായി വന്നില്ലല്ലോ. വീണ്ടും അവളുടെ കസേരയിലേക്കു നോക്കി. ഇപ്പോഴും ശൂന്യമായി തന്നെ കിടക്കുകയാണ്,

കയ്യിൽ വാച്ച് ഉള്ളത് കൊണ്ട് സമയം നോക്കാൻ ഇപ്പോൾ ഫോൺ എടുക്കാത്തത് മൂലം രാവിലെ തൊട്ടു ഇതുവരെ ഫോൺ നോക്കിയിട്ടില്ല. ശ്രീദേവിയെ ഒന്ന് വിളിച്ചു നോക്കാം എന്ന് കരുതി ഫോൺ എടുത്തപ്പോഴാണ് അത് സൈലന്റ് മോഡിലാണ് കിടക്കുന്നതെന്ന് ഞാൻ തിരിച്ചറിഞ്ഞത്, അതിരാവിലെ തന്നെ ശ്രീദേവി എന്നെ വിളിച്ചിരുന്നു, നാല് തവണ. ഒന്നും ഞാൻ അറിഞ്ഞില്ല.

വാട്സാപ്പിൽ ഒരു വോയിസ് മെസ്സേജും ഉണ്ടായിരുന്നു,

ഇന്നുവരെ ശ്രീദേവിയുടെ ആത്മവിശ്വാസം കലർന്ന ഉറച്ച,

തെളിഞ്ഞ ശബ്ദം മാത്രമാണ് ഞാൻ കേട്ടിട്ടുള്ളത്. സംസാരിക്കുമ്പോൾ പോലും അവൾക്ക് ഒരു ഉറപ്പുണ്ടാകും. പക്ഷേ ആ വോയിസ് മെസ്സേജിന്റെ പ്ലേ ബട്ടൺ അമർത്തുന്നതിന് മുൻപേ തന്നെ എനിക്ക് ഒരു വിചിത്രമായ തോന്നൽ വന്നു. ഇപ്പോൾ കേൾക്കാൻ പോകുന്നത് അതേ ശബ്ദം ആയിരിക്കില്ലെന്ന്. എന്റെ തോന്നൽ പോലെ തന്നെ ഭവിച്ചു. അവളുടെ ശബ്ദം ഞാൻ കേട്ടു.

"ഡേവിഡേ.. വീട്ടിൽ അച്ഛന് വയ്യെടാ. ഹോസ്പിറ്റലിൽ അഡ്മിറ്റ് ആണ്. അമ്മ വെളുപ്പിനെ വിളിച്ചിരുന്നു, ഞാൻ അപ്പൊ തന്നെ ബസ് പിടിച്ചു പോയി, നിന്നെ വിളിച്ചിട്ട് കിട്ടിയില്ല, ഞാൻ ഒരാഴ്ചത്തേക് കാണില്ല കേട്ടോ, അവിടെ അമ്മ ഒറ്റക്കാ. എനിക്ക് ആണേൽ നല്ല ടെൻഷനും ഉണ്ട് ഡാ. ഞാൻ എന്തായാലും പോയിട്ട് വരാം. "

ശബ്ദം തീരുമ്പോൾ തന്നെ അതിൽ ഒരു പതർച്ചയുണ്ടായിരുന്നു. പേടിയുടെ ഒരു നേർത്ത നിഴൽ. ഇതുവരെ ഞാൻ കേട്ടിട്ടില്ലാത്ത ശ്രീദേവിയുടെ ശബ്ദം. അതെന്നിലും ചെറിയ വിഷമം ഉണ്ടാക്കി, അന്ന് ഉച്ചക്ക് ഞാൻ ഒന്നും കഴിച്ചില്ല. വിശന്നില്ല എന്ന് പറയുന്നതാവും ശരി. വയറിന് വിശപ്പുണ്ടായിരുന്നേക്കാം, പക്ഷേ മനസ്സിന് അതൊന്നും അറിഞ്ഞില്ല. ശ്രീദേവി ഇല്ലാത്ത ഓഫീസ് റൂം അസാധാരണമാം വിധം ശൂന്യമായി തോന്നി.

അന്ന് വൈകിട്ട് ശ്രീദേവിയെ ഞാൻ വിളിച്ചു, അച്ഛൻ ലിവർ സംബന്ധമായ രോഗം മൂലമാണ് ആശുപത്രിയിൽ അഡ്മിറ്റ് ആയതെന്നു അവൾ പറഞ്ഞു, ഇപ്പോൾ അവളുടെ ശബ്ദത്തിൽ ഒരു ആശ്വാസമുണ്ട്, അച്ഛന് ഗുരുതരമായ പ്രശ്നമൊന്നുമില്ലെന്നും, രണ്ടു ദിവസത്തിനുള്ളിൽ ഡിസ്ചാർജ് ചെയ്യാമെന്നും ഡോക്ടർമാർ പറഞ്ഞുവെന്നുമാണ് അവൾ പറഞ്ഞത്. എന്നാലും കുറച്ചു ദിവസം വീട്ടിൽ തന്നെ നിന്നിട്ട്, നേരത്തെ പറഞ്ഞതുപോലെ ഒരാഴ്ച കഴിഞ്ഞേ തിരികെ വരു എന്നും അറിയിച്ചു.ഫോൺ വെച്ചപ്പോൾ മനസ്സിൽ ഒരു ചെറിയ ഒരു സമാധാനം വന്നു.

പക്ഷേ പിറ്റേ ദിവസവും ഞാൻ ഉച്ചയ്ക്ക് ഒന്നും കഴിച്ചില്ല. എന്താ

ണ്ടെന്ന് എനിക്കുതന്നെ അറിയില്ല. ശ്രീദേവി വാഴയിലയിൽ പൊതിഞ്ഞ് കൊണ്ടുവരുന്ന ആ പൊതിച്ചോറിനെക്കുറിച്ച് ഓർക്കുമ്പോൾ മാത്രം വായിൽ വെള്ളമൂറും. പക്ഷേ ഇപ്പോൾ ഉച്ചയ്ക്കു വേറെ ഒന്നും കഴിക്കാൻ തോന്നുന്നില്ല.

ആ സമയം ആവുമ്പോൾ ഞാൻ വെറുതെ പുറത്തിറങ്ങി ഒരു സിഗരറ്റ് കത്തിച്ചു നിൽക്കും. പുക ഉള്ളിലേക്ക് എടുത്തോ പുറത്തേക്ക് തള്ളിയോ എന്നൊന്നും ഞാൻ ശ്രദ്ധിക്കാറില്ല. അപ്പോഴൊക്കെ... പലപ്പോഴും ശ്രീദേവിയുടെ മുഖം മനസ്സിൽ തെളിയും. മെഹറിന്റെ ഓർമ്മകൾ ഞാൻ ഇപ്പോഴും പൂർണമായി മറന്നിട്ടില്ല. അവളുടെ മുഖം മറക്കാനാണ് ഞാൻ ഇവിടെ എത്തിയത്. ഇത്രയും കാലം എടുത്തെങ്കിലും അതിൽ ഞാൻ വിജയിച്ചു എന്നു വിശ്വസിക്കാനാണ് എനിക്ക് ഇഷ്ടം. ഇനിയും പ്രണയിക്കാൻ ഞാൻ മാനസികമായി ഒട്ടും തയ്യാറല്ല,അതുകൊണ്ട് അങ്ങനൊരു ചിന്ത പോലും മനസ്സിലേക്കു കടക്കാതിരിക്കാൻ ഞാൻ എന്നെ തന്നു മനസ്സിന് കാവലിരുത്തുകയാണ്. ഒരു തരത്തിൽ ചിന്തിച്ചാൽ ശ്രീദേവിയുടെ അഭാവം നല്ലതുതന്നെയാണ്. കാണേണ്ടി വരുന്നില്ലല്ലോ. പക്ഷേ കാണാതിരിക്കുമ്പോൾ ആണ് സ്നേഹം കൂടുന്നതെന്ന സത്യം ഞാൻ അപ്പോഴേക്കും മറന്നുപോയിരുന്നു.

എല്ലാ ദിവസവും വൈകിട്ട് വിശേഷങ്ങൾ പറയാനായി ഒരു കോൾ വരും.

ശ്രീദേവിയുടെ.

അച്ഛന് ഇപ്പോൾ എല്ലാം ഭേദമാണെന്നാണ് അവൾ എപ്പോഴും പറയുക. അധികം സംസാരമൊന്നും ഉണ്ടാകില്ല. രണ്ടോ മൂന്നോ മിനുട്ട് മാത്രം. പക്ഷേ ഫോൺ വെച്ചുകഴിഞ്ഞാലും അവളുടെ ശബ്ദം എന്റെ ഉള്ളിൽ അൽപനേരം കൂടി നില നിൽക്കും. പറഞ്ഞ വാക്കുകൾ അല്ല, ആ ശബ്ദം ആണ് മനസ്സിൽ അങ്ങനെ കിടക്കുക.

അങ്ങനെ ഇരിക്കുമ്പോൾ ഞാൻ വെറുതെ ടെറസിലേക്ക് കയറിപ്പോകും. അവിടെ ഇരുന്ന് ആകാശത്തേക്ക് നോക്കും.

വെറുതെ അങ്ങനെ നക്ഷത്രങ്ങൾ എണ്ണി ഇരിക്കും. ഒന്നും ചെയ്യാനും തോന്നില്ല. എങ്കിലും അവിടെ നിന്ന് എഴുന്നേറ്റ് പോകാൻ മനസ്സ് വരാറുമില്ല.

അങ്ങനെ ഇരിക്കുമ്പോഴാണ് ഞാനൊരു കാര്യം ഓർത്തത്. ശ്രീദേവിയുടെ പെർഫ്യൂമിന്റെ ഗന്ധത്തെ പറ്റി ഞാൻ വാതോരാതെ അവളോട് സംസാരിക്കുമായിരുന്നു, വാനിലയുടെ സുഗന്ധം പേറിയാണ് എന്നും അവൾ ഓഫീസിൽ വന്നിരുന്നത്, അവളുടെ ശരീരത്തിൽ ആ ഗന്ധം അത്രയേറെ അനുയോജ്യമായിരുന്നു, അവളുടെ സാന്നിധ്യവും, ശബ്ദവും കൂടെ ഈ സുഗന്ധവും കൂടെ ചേരുമ്പോൾ എന്തെന്നില്ലാത്ത ഒരു ശാന്തത അനുഭവപ്പെടുമായിരുന്നു, ലോകത്ത് ഒരുപാട് ശബ്ദങ്ങൾ ഉണ്ടെന്നു തോന്നുന്ന സമയത്തും, അവൾ അടുത്ത് ഇരുന്നാൽ എന്റെ ഉള്ളിൽ എല്ലാം നിശ്ശബ്ദമാകുമായിരുന്നു.

എനിക്ക് അത്രയേറെ ഇഷ്ടമായിരുന്നത് കൊണ്ടായിരിക്കാം, ഒരിക്കൽ അവൾ ഉപയോഗിച്ചിരുന്ന വാനില പെർഫ്യൂമിന്റെ ഒരു കുഞ്ഞു കാലിക്കുപ്പി എനിക്കവൾ വെച്ച് നീട്ടി. വളരെ നിസ്സാരമായി. വഴിയരികിൽ നിന്നൊരു പൂവ് പൊട്ടിച്ച് കൊടുക്കുന്ന പോലെ.

"ഇതിൽ ഒന്നുമില്ലല്ലോ " ഞാൻ കൗതുകത്തോടെ ചോദിച്ചു

പിന്നെ അവൾ കുപ്പിയിലേക്കല്ല, എന്റെ മുഖത്തേക്കാണ് നോക്കിയത്. ചെറിയ പുഞ്ചിരിയോടെ അവൾ പറഞ്ഞു.

"ആര് പറഞ്ഞു അതിൽ മണം ഇപ്പോഴും ഉണ്ടല്ലോ "

അത്രയേ പറഞ്ഞുള്ളൂ. പക്ഷേ അവൾ കുപ്പിയിലൂടെ എനിക്ക് തന്നത് ഒരു മണം മാത്രമല്ലായിരുന്നു. അവളുടെ കൈയ്യിലെ ചൂടും, അവളുടെ ശബ്ദവും, അവളുടെ സാന്നിധ്യവും ഒക്കെ അതിനകത്ത് ഉണ്ടായിരുന്നു.

ഇപ്പോൾ... ഈ നിലാവിൽ ഇരിക്കുമ്പോൾ, ആ പുഞ്ചിരി എനിക്ക് വീണ്ടും കാണാനാവുന്നുണ്ട്. ആ കുഞ്ഞു കുപ്പി തുറക്കാതെ തന്നെ വാനിലയുടെ,

അല്ല,

റൂഹ്

ശ്രീദേവിയുടെ മനോഹരമായ ആ ഗന്ധം എനിക്ക് അറിയാൻ പറ്റുന്നുണ്ട്,

ദിവസങ്ങൾ അങ്ങനെ നീണ്ടു പോയി. പകൽ പതിവിലേറെ ദൈർഘ്യം നീളുന്നത് പോലെ തോന്നി. സമയം വല്ലാതെ വലിയുന്നു. ഇല്ലാത്ത എന്തിനെയോ ഞാൻ ശൂന്യതയിൽ തിരയുന്നുണ്ടെന്നൊരു തോന്നൽ എപ്പോഴും കൂടെയുണ്ടായിരുന്നു. എന്തിനെയാണ് ഞാൻ തേടുന്നതെന്ന് എനിക്കുതന്നെ വ്യക്തമായിരുന്നില്ല.

അത് ഏറ്റവും ശക്തമായി തോന്നിയത് ഞായറാഴ്ച വൈകിട്ട് നടന്ന പാർട്ടിയുടെ ഇടയിലായിരുന്നു. അവിടെ മനുഷ്യ ശരീരത്തിലെ എല്ലാ ഇന്ദ്രിയങ്ങളെയും ഉണർത്താൻ മതിയാകുന്നത്ര എല്ലാം ഉണ്ടായിരുന്നു. ആളുകൾ സംസാരിക്കുകയും ചിരിക്കയും ചെയ്തുകൊണ്ടിരുന്നു. എങ്കിലും എന്റെ മനസ്സ് എവിടെയും ഉറച്ചു നിന്നില്ല. അത് കൂട് വിട്ടു പറന്നുപോയതുപോലെ എങ്ങോട്ടോ മാറിനിന്നു.

ഷാഹുലും അരവിന്ദും അതിഥികളെ സ്വീകരിക്കുന്ന തിരക്കിൽ ആയിരുന്നു. അങ്ങനെ നിൽക്കുമ്പോൾ കുറച്ചു അപ്പുറത്ത് ഹരിയേയും അശ്വിനേയും കണ്ടു. കണ്ട മാത്രയിൽ തന്നെ അവർ ഓടി വന്നു എന്നെ കെട്ടിപ്പിടിച്ചു.അവരെ കണ്ടത് മാത്രമായിരുന്നു ഒരു ആശ്വാസം.

സിഗരറ്റ് വലിക്കാൻ ഞങ്ങൾ മൂന്നു പേരും മാറിനിന്നു. പുക കാറ്റിൽ കലരുമ്പോൾ ഹരി എന്നോട് ചോദിച്ചു.

"എന്ത് പറ്റി ഡേവി. നീ ഇവിടെ എങ്ങും അല്ലല്ലോ "

"ശരിയാ," അശ്വിൻ പറഞ്ഞു. "വന്നപ്പോ തൊട്ട് ഞാനും ശ്രദ്ധിക്കുന്നു.നീ ആരെയോ തിരയുന്ന പോലെ."

"ഏയ്, ഒന്നുമില്ലെടാ," ഞാൻ പറഞ്ഞു. "നിങ്ങൾക്ക് അറിയാല്ലോ, എനിക്ക് ഈ വലിയ ശബ്ദവും തിരക്കും പിടിക്കില്ല. അതിന്റെ ഒരു അസ്വസ്ഥത മാത്രം. വേറൊന്നുമില്ല."

എന്തായാലും ഞാൻ ഹാപ്പി ആയെടാ. അന്ന് വീട്ടിൽ നിന്ന് ബാഗും തൂക്കി എന്നെ കാണാൻ ഫ്ലാറ്റിൽ വന്ന ഡേവിഡിൽ

നിന്ന് ഇപ്പൊ എന്റെ മുന്നിൽ നിൽക്കുന്ന നിൽക്കുന്ന ഈ ആളും രണ്ടും തമ്മിൽ ഒരുപാട് ദൂരം ഉണ്ട്."

ഹരി അഭിമാനത്തോടെ പറഞ്ഞു

"അത് പിന്നെ നിങ്ങളൊക്കെ ഇല്ലായിരുന്നോടാ കൂടെ, അതുകൊണ്ട് മാത്രമാ."

സ്നേഹത്തോടെ ഞാൻ മറുപടി പറഞ്ഞു

"ഞങ്ങൾ മാത്രമേ ഉള്ളു?" ഒരു ചെറിയ ചിരിയോടെ അശ്വിൻ ചോദിച്ചു,

വേറെ ആരെങ്കിലും ഉണ്ടായിരുന്നോ?

അതിനു എനിക്ക് മറുപടി പറയാൻ വാക്കുകൾ ഇല്ലായിരുന്നു, ഒരു മറുചിരി മാത്രമേ ഉണ്ടായിരുന്നുള്ളു.

സത്യമാണ്. അറിഞ്ഞോ അറിയാതെയോ എന്റെ ഈ യാത്രയിൽ ശ്രീദേവിയും എന്നെ ഒരുപാട് സഹായിച്ചിട്ടുണ്ട്.ഇന്ന് ഇത്രയും ആളുകളുടെ നടുവിൽ നിൽക്കുമ്പോഴും, ചെവികൾ പൊട്ടുന്ന പോലെ പാട്ടുകൾ മുഴങ്ങുമ്പോഴും, ആളുകൾ ചിരിച്ചും കിതച്ചും നൃത്തം ചെയ്തുകൊണ്ടിരിക്കുമ്പോഴും, മദ്യത്തിന്റെയും പുകയുടെയും ഗന്ധം ചുറ്റും നിറയുമ്പോഴും ഇതൊന്നും ബാധിക്കുന്നതായി തോന്നുന്നില്ല.ഒന്നിലേക്കും ശ്രദ്ധ പോവുന്നില്ല. ഉള്ളിൽ എന്തോ ശാന്തമായി ഒഴിഞ്ഞുകിടന്നു. അവൾ ഇവിടെ ഉണ്ടായിരുന്നെങ്കിൽ ഞാൻ ഇത്രയും തിരക്കിനിടയിൽ ഇങ്ങനെ ഒറ്റപ്പെട്ട് നിൽക്കില്ലായിരുന്നു എന്നൊരു തോന്നൽ വന്നു. അതോ, അവൾ ഉണ്ടായിരുന്നെങ്കിൽ ഈ തിരക്ക് തന്നെ എനിക്ക് വേണമെന്നില്ലായിരുന്നോ എന്നും അറിയില്ല. എന്തായാലും, ആ നിമിഷം ഞാൻ കൂട്ടത്തിനിടയിൽ നിന്നുകൊണ്ട് അവളെ കുറിച്ചോർത്തു, വേറൊന്നു കൂടിയുണ്ട്, ആരും കാണാതെ ഞാൻ എന്റെ പാന്റിന്റെ പോക്കറ്റിനുള്ളിൽ തപ്പി, അതിൽ ഒരു കുഞ്ഞു കുപ്പിയുണ്ടായിരുന്നു, ശ്രീദേവി തന്ന വാനിലയുടെ കുഞ്ഞു കാലികുപ്പി. എന്തിനു ഞാൻ അത് ഇങ്ങോട്ടേക്ക് ഇറങ്ങിയപ്പോൾ പോക്കറ്റിൽ വെച്ചു എന്നെനിക്കറിയില്ല, അങ്ങനെ തോന്നി, അത്ര മാത്രം.

10

ശ്രീദേവി ലീവ് കഴിഞ്ഞു ഇന്നാണ് എത്തുന്നത്, അന്ന് വെളുപ്പിനെ കുളിക്കാനും ഒരുങ്ങാനും ഞാൻ പതിവിലും കൂടുതൽ സമയം എടുത്തത് പോലെ തോന്നി, ഷർട്ടുകൾ മാറി മാറി ഇട്ടുനോക്കി. ഒന്ന് നന്നായി തോന്നിയാൽ അടുത്ത നിമിഷം തന്നെ അതും ഇഷ്ടമാകുന്നില്ല. മുടി ചീകി ഒതുക്കി. പിന്നെയും വീണ്ടും ചീകി. എന്നിട്ടും മനസ്സിന് തൃപ്തിയില്ല. ഇത്ര വർഷങ്ങൾക്ക് ശേഷം ഞാൻ ഇങ്ങനെ ഒരുങ്ങുന്നത് തന്നെ ഒരു തമാശ പോലെ തോന്നി. മായരുത് എന്ന് ഒരിക്കൽ ഞാൻ മനസ്സിൽ കാത്തുവെച്ചിരുന്ന ആ നേർത്ത രേഖ എവിടെയോ മങ്ങിത്തുടങ്ങിയോ എന്നൊരു സംശയം വന്നു. അല്ലങ്കിൽ ഏതാനും ദിവസങ്ങൾ ശ്രീദേവിയെ ഒന്ന് കാണാതായപ്പോഴേക്കും അത് വർഷങ്ങൾ നീണ്ടത് പോലെ എനിക്ക് തോന്നില്ലല്ലോ. അത് മാത്രമല്ല, കണ്ണാടിയിൽ നോക്കിയപ്പോൾ എന്റെ മുഖത്ത് ഒരു ചിരി ഉണ്ടായിരുന്നു. ആ ചിരി എവിടെ നിന്ന് വന്നു എന്ന് എനിക്കറിയില്ല. അങ്ങനെയൊരു ചിരി ഞാൻ അവസാനമായി എന്റെ മുഖത്ത് കണ്ടത് എപ്പോഴാണെന്നും ഓർമ്മയില്ല.മനസ്സിന് എന്തെന്നില്ലാത്ത സുഖമുള്ള ഒരു സ്വസ്ഥത. കരിഞ്ഞു ഉണങ്ങിയിരുന്ന എന്റെ ഉള്ളിൽ വീണ്ടും കുഞ്ഞു ലാവണ്ടർ പൂക്കൾ തളിർത്തു മൊട്ടിട്ടുന്നത് പോലെ.

നീണ്ട ഒരുക്കത്തിനൊടുവിൽ പാതി തൃപ്തിയും സമയവും അടങ്ങിയപ്പോൾ ഞാൻ ഓഫീസിലേക്ക് പോയി. അകത്തേക്ക് കയറാൻ മനസില്ല. ശ്രീദേവി വരുന്നതും നോക്കി അവിടെ തന്നെ നിന്നു. ഇത്രയും ദിവസത്തെ കാത്തിരിപ്പിനേക്കാൾ കഠിനമായിരുന്നു ഈ കുറച്ചു നിമിഷങ്ങൾ.ഓരോ നിമിഷവും എന്റെ നെഞ്ചിലൂടെ പതുക്കെ കടന്നുപോകുന്ന പോലെ തോന്നി. മിനിറ്റുകൾ മണിക്കൂറുകളായി നീണ്ടു. സമയം എന്നെ കളിയാക്കുന്നുണ്ടോ എന്നൊരു സംശയവും തോന്നി.സമയം നീക്കാൻ ആയി ഫോൺ എടുത്തു പുതിയതായി മേടിച്ച ഹെഡ്സെറ്റും കുത്തി ഇള

യരാജയുടെ കടുത്ത ആരാധകനായ ഞാൻ, ഇസൈജ്ഞാനി യുടെ ഒരു പാട്ടിൽ ഒളിക്കാൻ ശ്രമിച്ചു. മനസ്സ് കുറച്ചു ശാന്തമാകു മെന്ന പ്രതീക്ഷയിൽ.

"തെൻട്രൽ വന്ത് തീണ്ടും പൊതു എന്ന വണ്ണമോ മനസിലെ... തിങ്കൾ വന്ത് കായും പൊതു... എന്ന വണ്ണമോ നെനപ്പിലെ."

ഈ വരികളും രാജ സാറിന്റെ ശബ്ദവും വഴിയിലൂടെ വീശി യെത്തിയ ചെറിയ കാറ്റും അകമ്പടി ആയി ഒരു ഓട്ടോ എന്റെ മുന്നിൽ മെല്ലെ വന്നു നിന്നു. അപ്പോഴാണ് അശ്വിന്റെ കോൾ പെട്ടെന്ന് വന്നത്.ഇതെന്താ പതിവില്ലാതെ രാവിലെ തന്നെ വിളിക്കാൻ എന്നറിയാൻ ആയി ഞാൻ ഹെഡ്സെറ്റ് വെച്ച് കൊണ്ട് തന്നെ ഫോൺ എടുത്തു, അപ്പോഴേക്കും ശ്രീദേവി ഓട്ടോയിൽ നിന്ന് ഇറങ്ങിയിരുന്നു,

"ഹലോ... ഹലോ..." ഞാൻ രണ്ടുമൂന്നു തവണ പറഞ്ഞിട്ടും മറുതലയ്ക്കൽ നിന്ന് മറുപടി കേൾക്കാൻ പറ്റുന്നുണ്ടായിരുന്നില്ല, പക്ഷെ ഒരു ശ്വാസത്തിന്റെ പതിഞ്ഞ തുടിപ്പ് കേൾക്കാമായിരു ന്നു,

റേഞ്ച് പ്രശ്നമാണോ എന്ന് തോന്നി. ഞാൻ രണ്ടടിയോളം മുന്നോട്ട് നീങ്ങി നിന്നു.

ശ്രീദേവി എന്റെ അടുക്കലേക്ക് വരുന്നതു ഞാൻ കണ്ണിന്റെ കോണിലൂടെ കണ്ടു,ഒരു നിഴൽ പോലെ. ഫോണിൽ ഇപ്പോഴും മൗനം തന്നെ.എനിക്ക് ഒരു ചെറിയ ഭയം തട്ടിയത് പോലെ തോന്നി,കാരണം അറിയില്ല. പക്ഷെ നെഞ്ച് ഒന്ന് ചുരുങ്ങിയ തുപോലെ. പെട്ടെന്ന് പിന്നിൽ നിന്നും ശാന്തമായ ശബ്ദത്തോ ടെ ശ്രീദേവി എന്നെ വിളിച്ചുകൊണ്ട് എന്റെ തോളിൽ അവളുടെ മൃദുവായ കൈകൾ വെച്ചു,

ഒരു മിനിറ്റ് എന്ന രീതിയിൽ ആംഗ്യം കാണിച്ചു കൊണ്ട് പി റകിലേക്ക് നോക്കിയ ഞാൻ ഒരു നിമിഷം തരിച്ചു നിന്നു. എന്റെ കണ്ണുകൾ ചിമ്മാൻ പറ്റുന്നില്ല, ശബ്ദം പുറത്തേക് വരുന്നില്ല, ശ്രീദേവി എന്റെ മുന്നിൽ ഇത്ര ദിവസങ്ങൾക്ക് ശേഷം വന്നു

നിൽക്കുന്നു, പക്ഷെ..

പക്ഷെ..

അവളുടെ മുഖത്തിന്റെ സ്ഥാനത്ത്,

മെഹറിന്റെ മുഖം,

ഞാൻ ഇത്രയും നാളും മറക്കാൻ ആഗ്രഹിച്ച, മറന്നെന്നു ഞാൻ തന്നെ വിശ്വസിപ്പിച്ച മുഖം. പ്രണയമെന്നു ഞാൻ കരുതുന്ന ഒരു വികാരം വീണ്ടും എന്റെ മനസ്സിൽ മൊട്ടിട്ട ആ നിമിഷം, മെഹറിന്റെ മുഖവും എന്നെ തേടി തിരിച്ചെത്തിയിരിക്കുന്നു, ഒരു നിമിഷം കൊണ്ട് കാലങ്ങൾ പിന്നിലേക്ക് പോയി.

ഹെഡ്സെറ്റ് ഇപ്പോഴും എന്റെ ചെവിയിൽ തന്നെയുണ്ട്. അശ്വിന്റെ കോളും കട്ട് ആയിരുന്നില്ല,നേരത്തെ കേട്ടിരുന്ന ശ്വാസത്തിന്റെ നേർത്ത ശബ്ദം പതിയെ മാറി, മറ്റൊരു ശബ്ദം അവിടെ ഉയർന്നു.

“ഡേവി.. എടാ... “

അത് അശ്വിന്റെ ശബ്ദം അല്ലായിരുന്നു, അത് മെഹറിന്റെ ശബ്ദം ആയിരുന്നു,എന്റെ യാസ്മിയുടെത്.പക്ഷെ ആ ശബ്ദം ആകെ തകർന്നിരുന്നു, വേദനിച്ച തളർന്നിരുന്നു, ഒടിഞ്ഞു പൊട്ടിയ, കരച്ചിലിന്റെ അരികിൽ നിൽക്കുന്ന യാസ്മിയുടെ ശബ്ദം.അതെന്റെ നെഞ്ചിൽ ആഴ്ന്നിറങ്ങിയിരുന്നു. ഞാൻ അറിയാതെ തന്നെ നെഞ്ചിൽ കൈ വെച്ചു. ശ്രീദേവിയെ വീണ്ടും ഒന്ന് നോക്കി, മെഹറിന്റെ അതേ കണ്ണുകൾ. അതേ മുഖം. ഒരിക്കൽ ഞാൻ സ്നേഹിച്ച മറന്നെന്ന് കരുതിയ അതേ ചിരിയുടെ ഓർമ്മ. എനിക്ക് ഒന്നും പറയാൻ പറ്റിയില്ല. ശ്വാസം പോലും എവിടെയോ കുടുങ്ങിയതുപോലെ. അപ്പോഴാണ് നെഞ്ചിൽ വെച്ച കൈയിൽ ഒരു നനവ് തോന്നിയത്. ചൂടുള്ള ഒരു നനവ്, കൈയിൽ നോക്കിയ ഞാൻ സ്തബ്ധനായി നിന്നു, എന്റെ നെഞ്ചിൽ നിന്നും കറുപ്പ് കലർന്ന രക്തം പതുക്കെ ഒലിച്ചിറങ്ങുന്നു.

അടുത്ത നിമിഷം വിയർത്തുകുളിച്ച് ഞാൻ ഞെട്ടി എഴുന്നേറ്റു, കണ്ണുകൾ തുറന്നപ്പോൾ എന്റെ മുറിയാണ്. എന്റെ

കിടക്ക. ചുമരിലെ മങ്ങിയ വെളിച്ചം. "ഇത് സ്വപ്നമായിരുന്നോ?" എന്നൊരു ചോദ്യം ഉള്ളിലൂടെ കടന്നു പോയി.

കൈ നെഞ്ചിലേക്കു കൊണ്ടുപോയി നോക്കി. ചോരയില്ല. വേദനയില്ല. ഹൃദയം മാത്രം അതിവേഗം ഇടിക്കുകയാണ്. ക്ലോക്കിലേക്ക് നോക്കിയപ്പോൾ സമയം കൃത്യം ഒമ്പത് മണി. ഏറെ വൈകിയിരിക്കുന്നു എന്ന ബോധം ഉണ്ടായിരുന്നു. എഴുന്നേൽക്കണം എന്നും മനസ്സിലുണ്ടായിരുന്നു. പക്ഷെ ശരീരം അനങ്ങാൻ സമ്മതിച്ചില്ല. കണ്ട സ്വപ്നത്തിന്റെ ഞെട്ടൽ ഇപ്പോഴും മനസ്സിനുള്ളിൽ നിന്നു പോയിരുന്നില്ല.

കുറച്ചു നേരം ഞാൻ അങ്ങനെ തന്നെ കിടന്നു. ഒന്നും ചെയ്യാതെ. ഒന്നും ചിന്തിക്കാതെ. ഹൃദയം മാത്രം പതുക്കെ, ശബ്ദമില്ലാതെ, ഒരു പേര് മാത്രം മന്ത്രിച്ചു കൊണ്ടിരുന്നു, മറക്കാൻ ശ്രമിച്ചൊരു പേര്.

11

അന്ന് ഞാൻ വളരെ വൈകിയാണ് ഓഫീസിൽ എത്തിയത്. കയറി ചെന്നപ്പോഴേ ശ്രീദേവിയുടെ ഇരിപ്പിടത്തിലേക് ഞാൻ മെല്ലെ നോക്കി, അവൾ എന്തോ ജോലിയിൽ അകപ്പെട്ടിരിക്കുകയാണ്. എന്റെ ഫോണിൽ അവൾ അയച്ച കുറച്ചു മെസ്സേജുകൾ ഉണ്ടായിരുന്നു "ഇന്ന് ലീവ് ആണോ?" എന്നൊരു ചോദ്യം, രണ്ട് തവണ. ഞാൻ മറുപടി കൊടുത്തിരുന്നില്ല. അവളെ കാണാൻ എനിക്ക് ധൈര്യം വന്നില്ല. ഞാൻ പതുക്കെ എന്റെ കസേരയിലേക്കു നീങ്ങി. വേറൊന്നും കൊണ്ടല്ല. ഒരു പേടി. അവളുടെ മുഖത്ത് വീണ്ടും മെഹറിന്റെ മുഖം തെളിയുമോ എന്നൊരു ഭയം. ഇത്രയും നാൾ മനസ്സിൽ പോലും വരാത്തൊരു മുഖം, പെട്ടെന്ന് ഒരു സ്വപ്നമായി വന്നു നിൽക്കുമ്പോൾ, അതിന് എന്തെങ്കിലും കാരണമുണ്ടാകണം എന്ന തോന്നൽ എന്നെ വിട്ടില്ല, എനിക്ക് ശ്രീദേവിയോട് തോന്നിയ പ്രണയം ആയിരിക്കുമോ അതിനു കാരണം, അല്ലങ്കിൽ ഞാൻ

ശ്രീദേവിയിൽ കണ്ടത്, പ്രണയത്തിനു പകരം മെഹറിനെ തന്നെയാണോ, അവളുടെ നിഴൽ ആണോ?

ഒരുപാട് ഉത്തരം കിട്ടാത്ത ചോദ്യങ്ങൾ എന്നെ അലട്ടിക്കൊണ്ടിരുന്നു. ശ്രീദേവി എന്നെ കണ്ടിട്ടുണ്ടാകും. എനിക്ക് അതറിയാം. പക്ഷെ ഞാൻ മുഖം കൊടുത്തില്ല. അവളുടെ ഭാഗത്തേക്ക് നോക്കിയില്ല. മുന്നിലെ ഫയൽ തുറന്ന് എന്തോ വായിക്കുന്ന പോലെ നടിച്ചു. അക്ഷരങ്ങൾ കണ്ണിൽ കയറുന്നില്ലായിരുന്നു. നെഞ്ച് പതുക്കെ ഒന്ന് മുറുകി. വെട്ടി വിയർക്കുണ്ടായിരുന്നു ഞാൻ,

ഓഫീസിൽ പതിവ് ശബ്ദങ്ങളൊക്കെ ഉണ്ടായിരുന്നു. ആളുകൾ സംസാരിക്കുന്നു, ഫോണുകൾ മുഴങ്ങുന്നു. എങ്കിലും അതിനിടയിൽ ഞാൻ ഒറ്റയ്ക്കായിരുന്നു. എന്റെ ഉള്ളിലെ ചിന്തകൾ മാത്രമേ എനിക്ക് കേൾക്കാൻ പറ്റിയിരുന്നുള്ളു.

ഇനിയും ഒരു ഒളിച്ചോട്ടം എന്നെകൊണ്ട് ആവില്ല.ഇനിയും സ്വയം നശിക്കുവാനും എനിക്ക് ആവില്ല, പക്ഷെ ഇനിയും ഒരാളെ പ്രണയിക്കാൻ പറ്റുമോ എന്ന സംശയം ഇപ്പോൾ ഉള്ളിൽ കുത്തി നിൽക്കുകയാണ്.

ക്ലോക്കിന്റെ സൂചികൾ എന്റെ ചിന്തകളുടെ വേഗത്തെ തോൽപ്പിക്കാൻ എന്നവണ്ണം വേഗത്തിൽ ചലിച്ചുകൊണ്ടിരുന്നു, ഉച്ച ആയത് പോലും ഞാൻ അറിഞ്ഞില്ല. നെഞ്ചിലെ ഉത്കണ്ഠ പതുക്കെ കൂടി കൂടി വന്നു. കുറച്ചുനേരം കഴിഞ്ഞാൽ ശ്രീദേവി ഭക്ഷണം കഴിക്കാൻ വരും എന്ന ചിന്ത തന്നെ എനിക്ക് ഒരു ഭാരം പോലെ തോന്നി. അവളുടെ മുഖത്തേക്ക് നേരെ നോക്കാൻ എനിക്ക് ധൈര്യം കിട്ടുന്നില്ല.

എല്ലാം അവളോട് പറയണം, മെഹറിന്റെ കഥയും,ആ മുഖം ഇപ്പോഴും എന്നെ വേട്ടയാടുന്നുണ്ടെന്ന സത്യവും, എനിക്ക് ആ മുഖം മറികടന്നു ഒരാളെ പരിപൂർണ മനസ്സോടെ സ്നേഹിക്കാൻ സ്നേഹിക്കാൻ എനിക്ക് പറ്റുന്നില്ലെന്ന എന്റെ പരാജയം.എന്റെ നിസ്സഹായത.

വേദനിപ്പിച്ചെങ്കിൽ നിരുപാധികം മാപ്പും പറയണം,പക്ഷെ

വാക്കുകൾ എവിടെ നിന്ന് തുടങ്ങണം എന്ന് എനിക്ക് അറിയില്ല. എന്റെ ചിന്തകൾ ഏറി വന്നു,

അപ്പോഴാണ് പിന്നിൽ നിന്ന് ആരുടെയോ കാൽപ്പെരുമാറ്റം കേട്ടത്. എനിക്ക് നന്നായി പരിചയമുള്ള ശബ്ദം. അതെ, അത് ശ്രീദേവി തന്നെയായിരുന്നു.

അവൾ എന്റെ അടുത്തേക്ക് നടന്നു വരുന്നത് എനിക്ക് അറിയാം. ശ്വാസം പോലും കുറച്ച് കൂടി മന്ദമായതുപോലെ തോന്നി. ഞാൻ എന്ത് ചെയ്യണം എന്ന് എനിക്ക് അറിയില്ല. തിരിഞ്ഞു നോക്കണോ, അല്ലെങ്കിൽ ഇങ്ങനെ തന്നെ ഇരിക്കണോ.

ഹൃദയം മാത്രം അപ്പോൾ ശബ്ദമില്ലാതെ ഇടിച്ചു കൊണ്ടിരുന്നു.

"ഡേവിഡ്, തനിക്ക് എന്താടോ ഒരു പരിചയഭാവം പോലും ഇല്ലാതെ ?

ഒരാഴ്ച കാണാതെ ആയപ്പോൾ മറന്നു പോയോ എന്നെ. ? "

ശ്രീദേവി ചെറിയ പരിഭവത്തോടെ കൂടെ എന്നോട് ചോദിച്ചു,

എനിക്ക് എന്ത് ഉത്തരം പറയണം എന്ന് തന്നെ അറിയില്ലായിരുന്നു. നെഞ്ചിനുള്ളിൽ കുറ്റബോധം കുത്തിനിന്നു. ഞാൻ പതുക്കെ എഴുന്നേറ്റ് ഭയത്തോടെ അവളുടെ മുഖത്തേക്ക് നോക്കി. എനിക്ക് അറിയാമായിരുന്നു മുന്നിൽ നിൽക്കുന്നത് ശ്രീദേവി ആണെങ്കിലും ഞാൻ കാണാൻ പോവുന്ന മുഖം ആരുടെ ആണെന്നത്,

പക്ഷെ,

ഞാൻ കണ്ടു

വീണ്ടും...

ആ നുണകുഴികൾ, പരിഭവമോതുന്ന ആ കണ്ണുകൾ, ശ്രീദേവിയുടെ മുഖം, അവിടെ മെഹർ ഇല്ല.

ഇതിൽ ഞാൻ സന്തോഷിക്കണോ അതോ നിരാശപ്പെടണോ എന്ന് അറിയില്ലാത്ത ഒരു അവസ്ഥ,ഞാൻ കുറച്ചു നേരം ശ്രീദേവിയുടെ മുഖത്തേക്ക് തന്നെ നോക്കി അങ്ങനെ നിന്നു,

കണ്ണിമ വെട്ടാതെ.

"എടോ. എന്ത് പറ്റി? ആകെ വിയർക്കുന്നുണ്ടല്ലലോ,

ഇതെന്താ ഇങ്ങനെ ആദ്യായിട് കാണുന്ന പോലെ നോക്കുന്നെ?"

ഞാൻ ആ മുഖത്തേക്കു തന്നെ നോക്കി, ഇല്ല മെഹർ ഇല്ല,

പിന്നെന്തിനായിരുന്നു അവൾ ഇന്നെന്റെ സ്വപ്നത്തിൽ വന്നതെന്ന് ഞാൻ ഉള്ളിൽ ചോദിച്ചു.

ശ്രീദേവി പിന്നെയും എന്നോട് ചോദിച്ചു

"ഹലോ...? ഡേവിഡ്...?"

"ശ്രീദേവി എനിക്ക് തന്നോട് കുറച്ചു കാര്യങ്ങൾ പറയാനുണ്ട്,"

ഞാൻ കിതച്ചു കൊണ്ട് പറഞ്ഞു,

"അതിനെന്താ വാ, നമുക്ക് കഴിക്കാം, അതിന്റെ കൂടെ സംസാരിക്കാം,"

"വേണ്ട, എനിക്ക് വിശക്കുനില്ല, നമുക്ക് ഒന്ന് പുറത്തു പോയി വന്നാലോ, എനിക്ക് സംസാരിക്കണം,"

ശ്രീദേവി എന്നെ ഒന്നു നോക്കി. മൂർച്ചയേറിയ ഒരു നോട്ടം .ആ നോട്ടത്തിൽ ഞാൻ അറിയാതെ തല കുനിച്ചു പോയി എന്തു കൊണ്ടെന്ന് എനിക്കറിയില്ല.മെഹറിനെ പറ്റി ശ്രീദേവിയോട് സംസാരിക്കണം, എല്ലാം പറയണം. അതു പറയാതെ എനിക്ക് ഒരു സമാധാനം കിട്ടുമെന്നു തോന്നുന്നില്ല.

ശ്രീദേവി എന്റെ കൈ പിടിച്ചു മെല്ലെ പുറത്തേക് നടന്നു

"വാ നമുക്കൊന്ന് പുറത്തു പോയിട്ട് വരം, സമാധാനം ആയിട്ടിരുന്നു സംസാരിക്കാം,എന്താ പോരെ...? "

ഞാൻ ഒന്നും മിണ്ടാതെ അവളുടെ കൂടെ ഒരു കൊച്ചു കുട്ടിയെ പോലെ പുറത്തേക്കിറങ്ങി.

പോവുന്ന വഴി ഞാൻ ഷാഹുലിന്റേയും അരവിന്ദിന്റേയും ക്യാബിനിൽ നോക്കി, ഇല്ല അവർ അവിടെ ഇല്ല.

ഞങ്ങൾ ഓഫീസിനു പുറത്തേക്ക് ഇറങ്ങിയപ്പോൾ അശ്വിന്റെ ബൈക്ക് അവിടെ പാർക്ക് ചെയ്തിരിക്കുന്നത് ഞാൻ കണ്ടു.

ഗോപു മോഹൻ

അതൊരു പതിവ് ഇല്ലാത്ത കാര്യമാണല്ലോ, ഷാഹുലും അരവിന്ദും ഞാനും കൂടെ ഇടക്ക് സിഗരറ്റ് വലിക്കാൻ നിൽക്കുന്ന ഒരു ഇടമുണ്ട് ഓഫീസിന്റെയും വലതുവശത്തെ മതിലിന്റെയും ഇടക്കുള്ള ഒരു കൊച്ചു സ്ഥലം, വെറുതെ ഞാൻ അങ്ങോട്ടേക്ക് ഒന്ന് നോക്കി.

അവിടെ ഹരി, അശ്വിൻ, ഷാഹുൽ, അരവിന്ദ്, എല്ലാവരും സിഗരറ്റ് വലിച്ചു നില്കുന്നു. ശരീരഭാഷയിൽ നിന്നും മുഖഭാവത്ത് നിന്നും എന്തോ പന്തികേട് ഉണ്ടെന്നു എനിക്ക് മനസിലായി. സാധാരണ കാണുന്ന ചിരിയോ കളിയോ ഒന്നുമില്ല. എല്ലാവരും നിശബ്ദം. വായുവിൽ തന്നെ ഒരു ഭാരം കെട്ടിക്കിടക്കുന്നത് പോലെ.

ഞാൻ ശ്രീദേവിയോട് "ഒരു മിനിറ്റ്" എന്ന് പറഞ്ഞു അവരിലേക്കു നടന്നു.

എന്നെ കണ്ടതും നാലു പേരും ഒന്ന് പരുങ്ങി, ഹരി സിഗരറ്റ് കുത്തി കെടുത്തി, ഷാഹുലും അരവിന്ദും എന്റെ മുഖത്തേക്കു നോക്കുന്നില്ല,താഴേക്കു തന്നെ നോക്കി നിൽക്കുന്നു,

ഞാൻ അടുത്ത് നിന്നിട്ടും ആരും ഒന്നും എന്നോട് സംസാരിക്കുന്നില്ല,മുഖത്തേക്കു പോലും നോക്കുന്നില്ല, എന്റെ നെഞ്ചിടിപ്പേറി,

"എന്താടാ, എന്ത് പറ്റി?"

ഞാൻ ചെറിയ ആവലാതിയോടെ ചോദിച്ചു

എയ് ഒന്നുമില്ലെടാ, ഹരി പറഞ്ഞു,

അശ്വിൻ ഹരിയുടെ മുഖത്തേക്കു രൂക്ഷമായി ഒന്ന് നോക്കി, ഹരി തല കുനിച്ചു നിന്നു,

അരവിന്ദ് എപ്പോഴത്തെയും പോലെ ഒന്നും മിണ്ടാതെ നിൽക്കുന്നു,പക്ഷെ അവന്റെ കണ്ണുകൾ ചുവന്നിരുന്നു,

ആദ്യമായി കനൽ കെട്ട് തളർന്നു നിൽക്കുന്ന ഷാഹുലിനെയും ഞാൻ അന്ന് കണ്ടു.

"എടാ നിങ്ങൾ ടെൻഷൻ അടിപ്പിക്കാതെ കാര്യം പറയ്," എന്റെ ശബ്ദം ഒന്ന് കനത്തു.

റൂഹ്

അശ്വിൻ മെല്ലെ എന്റെ തോളിൽ കയ്യിട്ട് ശേഷം പറഞ്ഞു

“ഡേവിയെ, നീ വാ നമുക്ക് മുറിയിലേക്ക പോവാം,എന്നിട് സംസാരിക്കാം”

“ഒരു മുറിയും ഇല്ല..നീ ചുമ്മാ കളിക്കാതെ കാര്യം പറയടാ “

എന്റെ വാക്കുകൾക്ക് ശബ്ദം ഏറിവന്നു, ഇതെല്ലം കണ്ട ശ്രീദേവി മാറി നിൽക്കുന്നുണ്ടായിരുന്നു,

“ഡേവിടെ, നീ അടങ്ങ്, പറയാം” ഷാഹുൽ പറഞ്ഞു,

“എല്ലാരും കൂടെ ഇട്ടു പൊട്ടൻ കളിപ്പിക്കാതെ ഒന്ന് പറഞ്ഞു തൊലക്കട”

എന്റെ ശബ്ദം വീണ്ടും ഉയർന്നപ്പോൾ അശ്വിൻ എന്നെ മെല്ലെ അവിടെ നിന്ന് മാറ്റി ഒറ്റക്ക് നിർത്തി, അവന്റെ കൈ വിറയക്കുന്നുണ്ടായിരുന്നു.ശബ്ദം മെല്ലെ ഇടറുന്നുണ്ടായിരുന്നു,

“എടാ... ഡേവിയെ...”

അവൻ ഒരു നിമിഷം നിശബ്ദമായി.

“മെഹർ പോയെടാ...”

കണ്ണീർ കലർന്ന അവന്റെ ശബ്ദം എനിക്ക് വ്യക്തമായില്ല,.

“ എന്ത്, നീയെന്താ പറഞ്ഞെ? « ഞാൻ ആവർത്തിച്ചു,”

അശ്വിൻ കണ്ണ് തുടച്ചു. അവൻ വാക്കുകൾ കൂട്ടാൻ പാടുപെട്ടു.

“എടാ, അവൾ പോയി, ഇന്ന് രാവിലെ 9 മണിക്, ദുബായിയിൽ വെച്ച്, കാർ ആക്സിഡന്റ് ആയിരുന്നു, ഹസ്ബൻഡും കുഞ്ഞും രക്ഷപെട്ടു, അവൾ...

അവൾ മരിച്ചുപോയെടാ.. “

അവിടെ ശബ്ദം എല്ലാം നിശബ്ദമായി.

എന്റെ ചെവിയിൽ എന്തോ മുഴങ്ങുന്നതുപോലെ തോന്നി. കാലിന് താഴെ നിലം ഇല്ലാതായതുപോലെ.

എന്റെ മുന്നിലൂടെ രാവിലെ കണ്ട സ്വപ്നം മിന്നിമറഞ്ഞു. ആ ശ്വാസം

ആ ശബ്ദം. ആ വിളി. ആ മുഖം.

ഒരു കാര്യം അപ്പോൾ മാത്രമാണ് വ്യക്തമായത്.അത് വെറും സ്വപ്നമല്ലായിരുന്നു. അവൾ പോകുന്നതിന് മുൻപ്

എന്നോട് യാത്ര പറയാൻ വന്നതായിരുന്നു,

ഞാൻ തിരിഞ്ഞു നോക്കി. കുറച്ച് അകലെയായി ശ്രീദേവി നിൽക്കുകയായിരുന്നു. എന്റെ ഭാഗത്തേക്ക് തന്നെ നോക്കി. ഒരു നിമിഷം അവളുടെ മുഖം വീണ്ടും മെഹറിന്റെ മുഖമായി മാറുമോ എന്ന് ഞാൻ ഒന്ന് ആശിച്ചു, ഒന്ന് കൂടെ കാണാൻ. പക്ഷെ അങ്ങനെ ഒന്നും സംഭവിച്ചില്ല. അവൾ ശ്രീദേവി തന്നെയായിരുന്നു.

അത് എന്നെ കൂടുതൽ തകർത്തു കളഞ്ഞു,

ഞാൻ അവിടെ തന്നെ നിന്നു. ഒന്നും പറയാതെ. ഒന്നും ചെയ്യാതെ. ശ്വാസം പോലും എടുക്കാൻ മറന്ന്.

കണ്ണുകൾ മാത്രം അറിയാതെ നിറഞ്ഞു.

ഞാൻ മറക്കാൻ ആഗ്രഹിച്ച മുഖം ഒന്ന് കൂടെ ഓർമ്മിക്കാൻ ശ്രമിച്ചു, ഇല്ല, ഓർക്കാൻ പറ്റുന്നില്ല, അവളുടെ കണ്ണുകൾ പോലും ഓർത്തെടുക്കാൻ എനിക്ക് കഴിയുന്നില്ല, അവൾ പോയി,അവളുടെ ഓർമകളും പോയി,

ഞാൻ വീണ്ടും ശ്രമിച്ചു

മുഖം ഉള്ളിൽ തെളിയുന്നില്ല. മങ്ങിയൊരു നിഴൽ പോലും കിട്ടുന്നില്ല. ഞാൻ എത്ര ശ്രമിച്ചിട്ടും, അവളുടെ കണ്ണുകളോ, ചിരിയോ, ഒന്നും,

അവളെ ഞാൻ ഇത്രയും സ്നേഹിച്ചിട്ടും, ആ മുഖം പോലും ഇനി എനിക്ക് ഓർക്കാൻ പറ്റുന്നില്ലല്ലോ എന്ന ചിന്ത.

അത് എന്നെ കരയിപ്പിച്ചില്ല. അത് എന്നെ മുഴുവനായി ശൂന്യമാക്കി.

അവൾ പോയി എന്ന സത്യം മാത്രം അല്ല, അവളുടെ മുഖം എനിക്ക് ഇനി ഒരിക്കൽ പോലും ഓർത്തെടുക്കാൻ പറ്റില്ല എന്ന ചിന്ത എന്നെ മരവിപ്പിച്ചു.

ഞാൻ അവിടെ തന്നെ നിന്നു. ഒന്നും ചെയ്യാൻ പറ്റാതെ. ഒന്നും പറയാൻ പറ്റാതെ. ഉള്ളിൽ ഒരു ചെറിയ ആഗ്രഹം മാത്രം ബാക്കി.

ഒരിക്കൽ കൂടി അവളുടെ മുഖം ഓർക്കണം. ഒരു മാത്ര

എങ്കിലും.

12

എവിടെയോ കൂട്ടുവിട്ടു ഓടിപ്പോയിരുന്ന എന്റെ മനസ്സ് പതുക്കെ തിരിച്ചു വന്നു. കണ്ണ് തുറന്നപ്പോൾ ചുറ്റും കൂട്ടുകാരുണ്ട്. ഹരിയുടെ കാറിനുള്ളിലാണ്. കാർ മുന്നോട്ട് പോകുകയാണ്. റോഡിന്റെ കുലുക്കം ശരീരത്തിൽ അറിയാം. പക്ഷേ ഉള്ളിൽ ഒന്നും അറിയുന്നില്ല. ഒരു മരവിപ്പ് മാത്രം.

വായ തുറക്കാൻ ശ്രമിച്ചു. ഒരു വാക്ക് പോലും പുറത്തേക്ക് വന്നില്ല. ശബ്ദം എവിടെയോ ഉള്ളിൽ കുടുങ്ങിക്കിടക്കുകയാണ്. കേട്ടത് സത്യമാണെന്ന് വിശ്വസിക്കാൻ മനസ്സ് സമ്മതിക്കുന്നില്ല. ഞാൻ നിസ്സഹായതയോടെ അടുത്തിരുന്ന അരവിന്ദിന്റെ മുഖത്തേക്ക് നോക്കി, അവൻ എന്നെ ആശ്വസിപ്പിച്ചുകൊണ്ട് പറഞ്ഞു. “എടാ... ആദ്യം ഹരിയുടെ ഫ്ലാറ്റിലേക്ക് പോകാം. പിന്നെ എന്ത് ചെയ്യണമെന്ന് നോക്കാം.” ഞാൻ തല കുലുക്കി. പറയാൻ എനിക്ക് ഒന്നുമില്ലായിരുന്നു. ഉള്ളിൽ വാക്കുകൾ എല്ലാം തീർന്നുപോയിരുന്നു. എന്റെ ചിന്ത മുഴുവൻ മെഹറിനെക്കുറിച്ചു ആയിരുന്നു, ഇല്ല, കഴിയുന്നില്ല, അവളുടെ മുഖം എനിക്ക് ഓർമ്മിക്കാൻ പറ്റുന്നില്ല,

ഒരു നിമിഷം കണ്ണടച്ചതുപോലെയാണ് തോന്നിയത്. തുറന്നപ്പോൾ ഞാൻ ഹരിയുടെ ഫ്ലാറ്റിൽ, അവന്റെ കട്ടിലിൽ ഇരിക്കുന്നു. എങ്ങനെയാണ് ഇവിടെ എത്തിയത് എന്ന് എനിക്ക് അറിയില്ല. മുഖം മുഴവൻ ഒരു നനവുണ്ട്, കണ്ണ് നീരിന്റെ ആവാം, അറിയില്ല, എപ്പോഴാണ് കരഞ്ഞതെന്ന്. കരഞ്ഞെന്ന് പോലും അറിയാതെ കരഞ്ഞിരിക്കണം. ഉള്ളു നീറുന്നുണ്ടായിരുന്നു അത്ര മാത്രം അറിയാം,

ഹരി എന്റെ അടുത്ത് തന്നെ ഇരിക്കുന്നുണ്ടായിരുന്നു,അവൻ എന്നോട് എന്തോ ചോദിച്ചു കൊണ്ടേയിരുന്നു,പക്ഷേ വാക്കുകൾ എനിക്ക് വ്യക്തമായി കേൾക്കുന്നില്ല. വെള്ളത്തിനടിയിൽ

നിന്നു കേൾക്കുന്ന ശബ്ദം പോലെ. മുന്നിലെ കാഴ്ചയും അങ്ങനെ തന്നെ. എല്ലാം ഒന്ന് മങ്ങിയ പോലെ.

വാതിൽപ്പടിയിൽ ഷാഹുലും അശ്വിനും സിഗരറ്റ് വലിച്ചു നിൽക്കുന്നു. പുക പതുക്കെ മുറിയിൽ നിറയുകയാണ്. അരവിന്ദ് ഒരു മൂലയിൽ കൈകൾ കെട്ടി മിണ്ടാതെ നിൽക്കുന്നു. ആരും തമ്മിൽ നോക്കുന്നില്ല. ആരും ഒന്നും പറയുന്നില്ല.

മുറിയിൽ തീർത്തും നിശ്ശബ്ദത.

ഒരാൾ ലോകം വിട്ടു പിരിയുമ്പോൾ, മരണവീട് ആവുന്നത് അയാളുടെ മാത്രം അല്ല, അയാളെ സ്നേഹിക്കുന്നവരുടെ വീടുകളും കൂടെയാണ്,

അത്രയും നേരം വരിഞ്ഞു മുറുകി പിടിച്ചിരുന്ന എന്റെ നെഞ്ച്, പെട്ടെന്ന് ഒന്ന് പിടിവിട്ടു. ഉള്ളിൽ കെട്ടിക്കിടന്നത് പുറത്തേക്ക് ഒഴുകി വന്നു. എന്റെ ശബ്ദം തന്നെ എനിക്ക് അന്യമായി തോന്നി.

"എനിക്ക് അവളുടെ മുഖം ഓർത്തെടുക്കാൻ പറ്റുന്നില്ല,"

"എന്ത്" ഹരി ചോദിച്ചു,

ഞാൻ വീണ്ടും പറഞ്ഞു. ഒരു വികാരവുമില്ലാത്ത ശബ്ദത്തിൽ. "എനിക്ക് മെഹറിന്റെ മുഖം ഓർത്തെടുക്കാൻ കഴിയുന്നില്ല. എത്ര ശ്രമിച്ചിട്ടും."

ഷാഹുൽ സിഗരറ്റ് കുത്തി കെടുത്തി പതുക്കെ എന്റെ അടുത്തേക്ക് വന്നു. എന്റെ ചുമലിൽ കൈ വെച്ചു.

"എടാ നീയിപ്പോൾ ഒരു ഷോക്കിൽ ആണ്, അതുകൊണ്ടാണ്, നീ വിഷമിക്കണ്ട,"

അവന്റെ വാക്കുകൾ ആശ്വാസമായില്ല. എനിക്ക് വേണ്ടിയത് ആശ്വാസമല്ലായിരുന്നു. ഒരു മുഖം മാത്രം. ഒന്ന് ഓർക്കാൻ കഴിയുന്ന അവളുടെ മുഖം മാത്രം.

"ഷാഹുലെ... ഞാൻ ഇവിടെ വന്നത് തന്നെ അവളുടെ മുഖം മറക്കാൻ വേണ്ടിയല്ലേടാ..." എന്റെ ശബ്ദം ഇടറി തുടങ്ങി "ഒടുവിൽ മറന്നപ്പോൾ... അവൾ പോയി. ഇപ്പോൾ എനിക്ക് ഒന്ന് കൊതിയാവാടാ... അവളുടെ ആ ചിരി എങ്കിലും ഒന്ന് ഓർക്കാൻ. ഞങ്ങളുടെ എല്ലാം ഓർമകളും മനസിലുണ്ട്. നടന്ന വഴികൾ,

പറഞ്ഞ വാക്കുകൾ, ഒരുമിച്ച് ചിരിച്ച നിമിഷങ്ങൾ, എല്ലാം ഓർമ ഉണ്ട്. പക്ഷേ ആ മുഖത്തിന്റെ സ്ഥാനത്ത് ഒരു ശൂന്യത മാത്രം. കണ്ണുമില്ല, മൂക്കും ഇല്ല, ചുണ്ടുമില്ല. ഒരു രൂപം പോലും ഇല്ല. എനിക്ക് അവളുടെ മുഖം മാത്രം മനസ്സിൽ വരച്ചെടുക്കാൻ പറ്റുന്നില്ലടാ..." ഒരു നിമിഷം ശബ്ദം ഒരു മർമ്മരമായ. "എന്റെ യാസ്മി..."

അത്ര പറഞ്ഞപ്പോൾ മുറിയിൽ വീണ്ടും നിശ്ശബ്ദത. അവർ എല്ലാവരും എന്ത് പറയണമെന്ന് അറിയാതെ അവിടെ തന്നെ നിന്നു. ഒരാളും എന്റെ കണ്ണിലേക്ക് നേരെ നോക്കിയില്ല. ചില വേദനകൾക്ക് മുന്നിൽ വാക്കുകൾക്കും ലജ്ജ ഉണ്ടാവും,

"നീ അവളുടെ ഫോട്ടോ എന്തെങ്കിലും എടുത്ത് നോക്കിയിരുന്നോ ?" അശ്വിൻ ചോദിച്ചു.

"ഇല്ല, അവൾക്കു ഫോട്ടോ എടുക്കുന്നത് ഇഷ്ടമല്ലായിരുന്നു, ഒരിക്കൽ ഞാൻ നിർബന്ധിച്ചു ഒരു ഫോട്ടോ എടുത്തപ്പോൾ കൂടി അവൾ മുഖം കൈ കൊണ്ട് മറച്ചാണ് നിന്നതു."

ഞാൻ പറഞ്ഞു അവസാനിപ്പിച്ചപ്പോഴേക്കും അരവിന്ദ് പതുക്കെ ഫോൺ എടുത്തു എന്തോ തിരയാൻ തുടങ്ങി. ഷാഹുലും അവന്റെ അടുത്തേക്ക് ചെന്നു. രണ്ടുപേരും സ്ക്രീനിലേക്ക് കുനിഞ്ഞു. പിന്നെ അവർ ഹരിയുടെ മുഖത്തേക്ക് നോക്കി.ഹരി ഒന്നും മനസ്സിലാകാത്ത പോലെ അവരെ നോക്കി.

"ഇല്ലടാ... സോഷ്യൽ മീഡിയയിൽ ഒന്നും ഇവളുടെ ഒരു ഫോട്ടോ പോലും ഇല്ല. ഉള്ളതൊക്കെ മുഖം മറച്ചിട്ടുള്ളതാണ്..." അരവിന്ദ് പറഞ്ഞു.

"എടാ... നമ്മുടെ പഴയ കോളേജ് ഫോട്ടോസ് ഒക്കെ ഒന്ന് നോക്കിക്കൂടെ?" ഹരി ചോദിച്ചു. ഒരു ചെറിയ പ്രതീക്ഷയോടെ.

അശ്വിൻ പതുക്കെ പറഞ്ഞു, "അതിൽ കാര്യമുണ്ടാവില്ലടാ. അവൾ അങ്ങനെ ഫോട്ടോസിൽ ഒന്നും വരാറില്ല. അന്തർ മുഖമായിരുന്നില്ലേ. കോളേജിൽ ഇവനായിരുന്നു അവളുടെ ലോകം..."

ആ വാക്കുകൾ എന്റെ നെഞ്ചിൽ ഒന്ന് കൂടി കുത്തി.

"എടാ... ഒരാളുടെ ഒരു ഫോട്ടോ പോലും കണ്ടെത്താൻ

ഇത്ര ബുദ്ധിമുട്ടുണ്ടോ?" ഹരി വീണ്ടും ചോദിച്ചു. "എന്തെങ്കിലും ഒരു മങ്ങിയ ഫോട്ടോ എങ്കിലും ഉണ്ടങ്കിൽ, ഞാൻ വരക്കാമായിരുന്നു ,എനിക്കും അവളുടെ മുഖം അത്രക്ക് ഓർക്കാൻ സാധിക്കുന്നില്ല",അവന്റെ ശബ്ദത്തിൽ ഒരു നിരാശ.

എനിക്ക് ഒന്നും പറയാൻ കഴിഞ്ഞില്ല. ആ മുഖം മറക്കാൻ ആഗ്രഹിച്ച നിമിഷത്തെ ഓർത്തു ഞാൻ എന്നെ തന്നെ വെറുത്തു പോവുന്നു,

പെട്ടെന്ന് ഷാഹുൽ ഫോണിൽ എന്തോ മെസ്സേജ് വന്നത് കണ്ടു തിടുക്കത്തിൽ ഞങ്ങളുടെ അടുത്തേക്ക് വന്നുകൊണ്ടു പറഞ്ഞു.

"എടാ, ഞാൻ അവളുടെ വീട്ടുകാരോട് ബന്ധപ്പെട്ടിരുന്നു, നാളെ ആണ് കബറടക്കം, നാളെ കൊണ്ട് വരും,"

ഇത് കേട്ട മാത്രേ, ഉള്ളിൽ ഞാൻ അറിയാതെ അടക്കിപിടിച്ചിരുന്ന വേദനയും സങ്കടവുമെല്ലാം അതി ഭീകരമാം വിധം അണപൊട്ടി, ഞാൻ ഘോര ശബ്ദത്തോടെ അലറിവിളിച്ചുകൊണ്ട് ആ മുറിയിൽ വട്ടം ചുറ്റി, ഒരു ഭ്രാന്തനെ പോലെ.ഹരിയും അശ്വിനും എന്നെ മുറുക്കെ പിടിച്ചു കട്ടിലിൽ ഇരുത്താൻ നോക്കി, പക്ഷെ ഒരു മനുഷ്യന് താങ്ങാനാവാത്ത വിധം എന്റെ മനസ്സ് തകർന്നുപോയപ്പോൾ, എന്റെ ശരീരം അസാമാന്യമായ കരുത്ത് ഉൾക്കൊണ്ടു.

എല്ലാവരെയും ഞാൻ ലാഘവതോടെ തട്ടിമാറ്റി, എന്റെ ശരീരത്തിന്റെ നിയന്ത്രണം എന്നിൽ നിന്നും കൈ വിട്ടു പോയിരുന്നു,അറവു ശാലയിൽ നിന്നും രക്ഷപെട്ടു ഓടുന്ന നാൽക്കാലിയെ ഓർമിപ്പിക്കുന്ന വിധം ഞാൻ മുറിയിൽ നിന്ന് ഓടി, പക്ഷെ അശ്വിൻ എന്നെ വട്ടം ചുറ്റി പിടിച്ചു, ഞാൻ എത്ര ഉപദ്രവിച്ചിട്ടും അവൻ പിടി വിട്ടില്ല,

"ഡേവിടെ, ഞാൻ പറയുന്നേ കേക്കടാ, ദയവ് ചെയ്തു നീയൊന്നു അടങ്ങ്, അവൻ കെഞ്ചി പറഞ്ഞു,"

അപ്പോഴേക്കും ബാക്കി ഉള്ളവർ എല്ലാവരും ചേർന്നു എന്നെ ചുറ്റി വരിഞ്ഞു പിടിച്ചിരുന്നു, ശബ്ദം കേട്ട് മറ്റു താമസക്കാരെല്ലാം

അവിടെ ഒത്തു കൂടിയിരുന്നു,

ഞാൻ കുതറി മാറാൻ ഒരുപാട് ശ്രമിച്ചു, പക്ഷെ അവരുടെ നീരാളി പിടിത്തത്തേക്കാൾ എന്നെ ശാന്തമാക്കിയത് അശ്വിന്റെ വാക്കുകൾ ആയിരുന്നു,

"ഡേവി. നാളെ നമുക്ക് പോവാം, അവസാനമായി അവളെ കാണാം. നിനക്കു അവളുടെ മുഖം ഞാൻ കാണിച്ചു തരും,നീ കരയാതെടാ..."

ഒരു നിമിഷം ഞാൻ ഒന്നു നിശ്ചലനായി നിന്നുപോയി, എന്താ സംഭവിക്കുന്നതെന്നറിയാതെ എല്ലാവരും എന്നെ പിടിച്ചിരുന്നത് വിട്ടു, ആത്മാവ് വിട്ടൊഴിഞ്ഞു പോയ ദേഹം പോലെ ഞാൻ ആ നിമിഷം അവിടെ തളർന്നു വീണു, കണ്ണിൽ നിന്നും വെള്ളം ഒഴുകി കൊണ്ടേയിരുന്നു, പക്ഷെ കരയുക ആണെന്ന് എനിക്ക് തോന്നുന്നില്ല, ആ വികാരം ഞാൻ അറിയുന്നില്ല, മനസ്സ് മരവിച്ചത് പോലെ,

കണ്ണടച്ച് ഞാൻ അങ്ങനെ തന്നെ ഇരുന്നു.

"എടാ. എനിക്ക് ഒന്നു കൂടി ഓർക്കണം, നാളെ അവളുടെ മരിച്ച്, മരവിച്ചു കിടക്കുന്ന മുഖം കാണുന്നതിന് മുൻപേ, എനിക്ക് ഒന്നുകൂടെ അവളുടെ, നിഷ്കളങ്കമായ ചിരി ഓർക്കണം, എന്നെ കടലോളം സ്നേഹത്തോടെ നോക്കുന്ന ആ കണ്ണുകൾ ഓർക്കണം.. ആ കണ്ണുകളിൽ ഞാൻ ജീവിച്ചിരുന്ന ദിവസങ്ങൾ... എടാ... അത് ഒക്കെ ഒന്ന് മനസ്സിൽ തെളിയണം... ഒരു നിമിഷം മാത്രം... അത്രയേ എനിക്ക് വേണ്ടൂ.... അതിനു ഞാൻ എന്ത് ചെയ്യണം ?

ഇതെന്തൊരു ശിക്ഷയാണ്... സ്റ്റേഹിച്ചതിന് കിട്ടുന്ന ശിക്ഷയാണോ ഇത്..."

തീർത്തും നിസ്സഹായതയോടെ ഞാൻ എല്ലാവരോട്ടുമായി മാറി മാറി ചോദിച്ചു,

ഞാൻ ഓരോരുത്തരെയായി നോക്കി. ഹരിയേയും അശ്വിനേയും, ഷാഹുലിനേയും അരവിന്ദിനെയും. "എന്ത് ചെയ്യണം ഞാൻ...?" ഉത്തരം ആരുടെയും കണ്ണുകളിൽ പോലും ഇല്ലായിരുന്നു.

ശബ്ദം കേട്ട് ഹരി പുറത്തു കൂടി നിന്ന ആളുകളെ എല്ലാം പതുക്കെ പറഞ്ഞ് ഒഴിപ്പിച്ചു. ഒരാൾ മാത്രം പോയില്ല.

അയാൾ വാതിൽപ്പടിയിൽ തന്നെ നിന്നു. നിറഞ്ഞ കണ്ണുകളോടെ. ഒന്നും പറയാതെ. അങ്ങനെ തന്നെ എന്നെ നോക്കി.

ശ്രീദേവി.

ഹരിയുടെ ഫ്ളാറ്റിലേക് വരുന്നതിനു മുൻപ് തന്നെ അരവിന്ദ് കാര്യങ്ങൾ ശ്രീദേവിയോട് പറഞ്ഞിരുന്നു, എന്നെ ഒന്ന് കാണണം എന്നാഗ്രഹിച്ചാണ് പാവം ഇങ്ങോട്ട് വന്നത്. ഹരി അവളേ അകത്തേക്കു ക്ഷണിച്ചു,ശ്രീദേവി മെല്ലെ എന്റെ അടുത്ത് വന്നിരുന്നു, ഞാൻ ആദ്യം അവളുടെ സാന്നിധ്യം അറിഞ്ഞത് പോലുമില്ല,

എന്നെ ആശ്വസിപ്പിക്കാനെന്നോണം അവൾ എന്റെ തോളിൽ പതുക്കെ കൈ വെച്ചു.

"ഡേവിഡ്..." ഇന്ന് രാവിലെ ഞാൻ ഏറ്റവും ആഗ്രഹിച്ചിരുന്ന അതേ സ്പർശം തന്നെയായിരുന്നു അത്. പക്ഷേ ഇപ്പോൾ ആ വിരലുകൾ എന്റെ ശരീരത്തിൽ തൊട്ടപ്പോൾ, പൊള്ളുന്നതുപോലെ തോന്നി.

ഞാൻ പെട്ടെന്ന് ചാടി എഴുന്നേറ്റു. ജനാലയ്ക്കരികിലേക്കു മാറി നിന്നു. വെളിച്ചത്തിലേക്കു നോക്കി നിന്നിട്ടും, ഉള്ളിലെ ഇരുട്ട് മാറിയില്ല.

"ഡേവിഡ്. ഇവർ എന്നോട് ചിലതൊക്കെ പറഞ്ഞു."

ഞാൻ ഒന്നും മറുപടി പറഞ്ഞില്ല.വാക്കുകൾ എവിടെയോ വഴിമുട്ടി നിന്നു.

ഒരു നിമിഷത്തെ നിശ്ശബ്ദതയ്ക്ക് ശേഷം അവൾ പറഞ്ഞു, "ആ മുഖം ഓർത്തെടുക്കാൻ... ഞാൻ സഹായിക്കാം..."

അത് കേട്ടതും എന്റെ ഉള്ളിൽ എന്തോ ഒന്ന് തെളിഞ്ഞു. ചെറിയൊരു പ്രതീക്ഷ.

"എങ്ങനെ...?എങ്ങനെ?" എന്റെ ശബ്ദം എന്നെ തന്നെ പേടിപ്പിച്ചു. അത്രയും ആർത്തിയുണ്ടായിരുന്നു അതിൽ.

പക്ഷെ എന്നെ സഹായിക്കാൻ പറഞ്ഞത് ആയിരുന്നെ

ങ്കിലും ശ്രീദേവിയുടെ കണ്ണുകളിൽ ഒരു വെമ്പൽ ഞാൻ കണ്ടു, അവിടെ എന്റെ വേദന മുഴുവനും ഒഴുകി കിടക്കുന്നുണ്ടായിരുന്നു. എന്റെ നഷ്ടം അവൾ ഏറ്റെടുത്ത പോലെ.

അവൾ മുറിയിൽ നിന്നിരുന്ന എല്ലാവരെയും ഒന്ന് നോക്കി. ഹരിയും, അശ്വിനും, ഷാഹുലും.അരവിന്ദും എന്റെ കൂടെ പഠിച്ചവർ. എന്റെ ജീവിതം സ്വന്തം കൈവെള്ള പോലെ തന്നെ അറിയുന്നവർ.

പിന്നെ അവൾ എന്റെ നേരെ തിരിഞ്ഞു.

"ഡേവിഡ്...

എനിക്ക് കാര്യങ്ങൾ ഒന്നുമറിയില്ല, നിങ്ങളുടെ കഥ അറിയില്ല ഒന്നും അറിയില്ല..."

അത് പറഞ്ഞപ്പോൾ അവളുടെ ശബ്ദം ഒന്ന് താഴ്ന്നു.

"നീ എന്റടുത്ത് പറയൂ. എല്ലാം.

ഒന്ന് കൂടി ആ നിമിഷങ്ങൾ വീണ്ടും പുനർജീവിക്കുന്നത് പോലെ. എല്ലാ കാര്യങ്ങളും, ആ വഴിയിലൂടെ വീണ്ടും ഒന്ന് കൂടെ സഞ്ചരിക്കുമ്പോൾ നിനക്ക് ആ മുഖം മനസ്സിൽ തെളിയും, ഉറപ്പാണ്."

ഇത് പറയുമ്പോൾ ശ്രീദേവിയുടെ ശബ്ദം ഇടക്ക് പതറുന്നുണ്ടായിരുന്നു, അവളുടെ കണ്ണുകൾ ഈറനണിഞ്ഞു. അത് എന്റെ വേദനയുടെ ഈർപ്പമായിരുന്നു.

13

സമയം വൈകുന്നേരം 4 മണി കഴിഞ്ഞിരിക്കുന്നു, നാളെ വൈകുനേരം ആണ് കബറടക്കം, അതിനു മുന്നേ തന്നെ എനിക്ക് മെഹറിന്റെ മുഖം ഓർക്കാൻ സാധിച്ചിരിക്കണം, അല്ലങ്കിൽ ഒരു പക്ഷെ നാളെ എന്റെ മനസ്സിനെയും മെഹറിനൊപ്പം മണ്ണിലേക്ക് യാത്ര പറഞ്ഞു അയക്കേണ്ടി വരും,

സമയം വളരെ പരിമിതമാണ്,ഓരോ മിനിറ്റും എവിടെയോ

ഒളിച്ചോടുന്നത് പോലെ.

ഹരി വണ്ടി ഓടിക്കുകയാണ്. മുന്നിൽ അശ്വിൻ ഇരിക്കുന്നു. പിറകിൽ ഞാനും ശ്രീദേവിയും.ഷാഹുലും അരവിന്ദും നാളെ അവളുടെ വീട്ടിലേക്ക് എത്താമെന്ന് അറിയിച്ചു. റോഡ് മുന്നിലേക്ക് നീളുമ്പോൾ എന്റെ മനസ്സ് പിന്നിലേക്ക് പോകുകയാണ്. ആദ്യം വീട്ടിൽ എത്തണം. ആരും കാണാതെ ഞാൻ ഒളിപ്പിച്ചിട്ടുള്ള ഒന്ന് വീണ്ടും കണ്ടെത്തണം. അതുണ്ടെങ്കിൽ... ഒരിക്കൽ കൂടി അവളെ ഓർക്കാൻ പറ്റുമെന്നൊരു പ്രതീക്ഷ.

ശ്രീദേവി എന്റെ കൈ മുറുകെ പിടിച്ചു ഇരിക്കുന്നു.എന്തിനാണ് ഇവൾ എനിക്ക് വേണ്ടി ഇങ്ങനെ കഷ്ടപ്പെടുന്നത് എന്ന് ഞാൻ ചിന്തിച്ചു. പ്രണയമാണോ, അതോ വെറും സഹതാപമോ. അതെന്തായാലും, ഇങ്ങനെ തകർന്നു നിൽക്കുന്ന ഒരാളിൽ നിന്ന് തിരിച്ചു ഒന്നും കിട്ടാനില്ലെന്ന് അവൾക്കറിയാം. എന്നിട്ടും അവൾ കൈ വിട്ടില്ല. അത് തന്നെ എനിക്ക് വലിയൊരു ഭാരം പോലെ തോന്നി.

ഇതിന് പകരം ഞാൻ എന്ത് കൊടുക്കും? എന്റെ കൈയിൽ ഒന്നുമില്ല. വാക്കുകൾ പോലും ശരിയായി വരുന്നില്ല. നന്ദി പറയാൻ പോലും മനസ്സ് ഒത്തുനിൽക്കുന്നില്ല.

ഞാൻ അവളുടെ കൈ കൂടുതൽ മുറുകെ പിടിച്ചു. അത്രയേ എനിക്ക് ചെയ്യാനായുള്ളൂ. ഇപ്പോൾ. ആ പിടിയില്ലെങ്കിൽ ഞാൻ എവിടെയോ വീണുപോകുമെന്നൊരു ഭയം ഉള്ളിലുണ്ടായിരുന്നു. അവളുടെ കൈ പിടിച്ചിരിക്കുന്നതുകൊണ്ടാണ് ഞാൻ ഇപ്പോഴും ഇവിടെ ഇരിക്കുന്നത് എന്നൊരു തോന്നൽ.

കാറിനുള്ളിൽ ഉണ്ടായിരുന്ന നിശബ്ദത തള്ളിമാറ്റികൊണ്ട് ഞാൻ പറഞ്ഞു,

"ഞാൻ കത്തുകൾ എഴുതുമായിരുന്നു,"

എന്ത്? ശ്രീദേവി ചോദിച്ചു.

"പല രാത്രികളും ഞങ്ങൾ ഉറങ്ങിയിരുന്നത് ഫോണിൽ സംസാരിച്ചുകൊണ്ടായിരുന്നു, ഇടക്ക് സംസാരിക്കുന്നതിനിടക് അവളുടെ ശബ്ദം മെല്ലെ മങ്ങുന്നത് പോലെ തോന്നും. പിന്നെ

മറുവശത്ത് ഒന്നും കേൾക്കില്ല. അവൾ ഉറങ്ങി പോയെന്ന് എനിക്ക് മനസ്സിലാവും.പക്ഷെ അപ്പോഴും എനിക്ക് പിന്നെയും ഒരുപാട് സംസാരിക്കാൻ ഉണ്ടാവും, ഞാൻ അത് കത്തുകളായി ഒരു പേപ്പറിൽ എഴുതും, വലിയ കാര്യങ്ങൾ ഒന്നുമല്ല, ചിലപ്പോൾ പറഞ്ഞ കാര്യങ്ങൾ തന്നെയാവും, അല്ലങ്കിൽ അന്നത്തെ ദിവസം സംഭവിച്ച ഒന്നോ രണ്ടോ കാര്യങ്ങൾ. ചിലപ്പോൾ വെറുതെ അവളുടെ പേര് മാത്രം, പിറ്റേ ദിവസം രാവിലെ അവളുടെ കൈകളിൽ ഏൽപ്പിക്കും, ആ കത്തുകൾക്ക് മറുപടി ആയി തിരിച്ച് മറുപടി അവൾ എഴുതാറില്ല, പകരം സ്നേഹത്തോടെ എന്റെ കൈയിൽ കെട്ടിപിടിച്ച് അങ്ങനെ നിക്കും.

അവളുടെ ചൂട് മാത്രം. അതു മതിയായിരുന്നു എനിക്ക്"

പുഞ്ചിരിച്ചുകൊണ്ടാണ് പറഞ്ഞതെങ്കിലും എന്റെ കണ്ണ് നിറഞ്ഞിരുന്നു.

ശ്രീദേവി എന്റെ കൈയിൽ പിടിച്ചിരുന്നതിനു മുറുക്കം കൂടിയത് പോലെ തോന്നി,

"എന്നിട്ട്? "അവൾ ചോദിച്ചു.

ഞാൻ അവൾക്ക് കൊടുത്തതൊക്കെയും അവൾ ഒരു നിധിപോലെ സൂക്ഷിച്ചിരുന്നു. വലിയ സമ്മാനങ്ങൾ ഒന്നുമല്ല. കത്തുകൾ, വഴിയരികിൽ നിന്ന് പറിച്ചെടുത്ത കുഞ്ഞുപൂക്കൾ, എന്തിനേറെ പറയുന്നു ഒരിക്കൽ ഞാൻ കൈമാറിയ ഒരു മിട്ടായിയുടെ ഒഴിഞ്ഞ കവർ പോലും. അതൊക്കെയും അവൾ ഒരു ചെറിയ പെട്ടിക്കുള്ളിൽ ഭദ്രമായി വെച്ചിരുന്നു. എന്തിനാണെന്ന് അപ്പോൾ ഞാൻ ചോദിച്ചില്ല. ഇപ്പോൾ മനസ്സിലാകുന്നു സ്നേഹം ലഭിക്കുന്നവർക്ക് ഒന്നും ചെറുതല്ല, സ്നേഹം കൊടുക്കുന്നവർക്ക് ഒന്നും പാഴല്ല.

റോഡിലെ കാഴ്ചകൾ നോക്കികൊണ്ട് ഞാൻ തുടർന്നു .

"ശ്രീദേവി, അവൾക്ക് ഒരു കുഞ്ഞനുജത്തി ഉണ്ടേ.

ഖൈറു, ഖൈറുന്നീസ. അന്ന് ഒരു വയസ്സ് പോലും തികയാത്ത കൈകുഞ്ഞ്. പറയാൻ വാക്കുകളില്ലാത്ത, ചിന്തിക്കാൻ കണക്കുകളില്ലാത്ത, കണ്ണുകളിൽ മാത്രം ലോകം സൂക്ഷിച്ചിരുന്ന

ഒരു കുഞ്ഞ്. ആ കുഞ്ഞിന്റെ മനസ്സുണ്ടല്ലോ കലർപ്പില്ലാത്തത്, വിശുദ്ധമായത്, അതുപോലെ തന്നെ ആയിരുന്നു യാസ്മിയും. ഒരു കുഞ്ഞിന്റെ മനസ്സ്. ഭയങ്കര പാവം. ലോകം ഇത്ര കഠിനമാണെന്ന് അവൾ ഒരിക്കലും വിശ്വസിച്ചില്ല, പ്രതീക്ഷിച്ചതുമില്ല."

ഇതൊക്കെ ഞാൻ പറയുമ്പോൾ ശ്രീദേവി ഒന്നും ഇടപെടാതെ എന്റെ മുഖത്തേക്ക് തന്നെ നോക്കി ഇരുന്നു. അവളുടെ കണ്ണുകളിൽ ഞാൻ പറയാതെ വിട്ടുപോയ വാക്കുകളും ഉണ്ടായിരുന്നു. ഹരിയും അശ്വിനും നിശബ്ദരായി തന്നെ ഇരുന്നു. കാറിനുള്ളിൽ ഒരു നിശബ്ദത പടർന്നു അസൗകര്യമുള്ളതല്ല, മറിച്ച് ഒരാൾ മരിച്ചാൽ വീട്ടിനുള്ളിൽ പതുങ്ങി വരുന്ന അതേ നിശബ്ദത.

ഞാൻ സംസാരിക്കാൻ തുടങ്ങിയപ്പോൾ ഹരി വണ്ടിയുടെ വേഗം ഒന്ന് കുറച്ചു. വാക്കുകൾ ഇടയിൽ വീണുപോകാതിരിക്കാൻ എന്ന പോലെ. എനിക്ക് ശ്വാസം മുട്ടാതിരിക്കാൻ എന്ന പോലെ. അത് ഞാൻ ശ്രദ്ധിച്ചു. പറയാതെ ചെയ്ത ഒരു കരുണ. മനസ്സറിഞ്ഞു ചെയ്തൊരു പ്രവർത്തി. ഞാൻ തുടർന്നു

ഒരിക്കൽ ഖൈറുവിന് വേണ്ടി യാസ്മിയുടെ പഴയ കളിപ്പാട്ടങ്ങൾ തപ്പിയതിന്റെ കൂട്ടത്തിൽ ഇവൾ നിധി പോലെ സൂക്ഷിച്ചിരുന്ന എന്റെ കത്തുകൾ അവളുടെ ഉപ്പാക്ക് കിട്ടി,ആരുടെയും കണ്ണിൽ പെടരുതെന്ന് കരുതി അവൾ സൂക്ഷിച്ചിരുന്നത്.

അന്നാണ് എല്ലാത്തിന്റെയും തുടക്കം. അല്ല, ശരിക്കും പറഞ്ഞാൽ അന്നാണ് എല്ലാത്തിന്റെയും അവസാനം തുടങ്ങിയത്.

ഇത് ഞാൻ പറഞ്ഞു തീർക്കും മുൻപേ ഹരി പെട്ടെന്ന് വണ്ടിക്ക് സഡൻ ബ്രേക്ക് ഇട്ടു. കാറ് ഒരു നിമിഷം ഇടിച്ചു നിന്നു. ഒരു നായ റോഡ് കുറുകെ ചാടിയതാണ്. പിന്നിലിരുന്ന ശ്രീദേവിയോടും എന്നോടും ഹരി ഒരു ക്ഷമാപണം പറഞ്ഞുകൊണ്ട് വീണ്ടും വണ്ടിയെടുത്തു.

ഞാൻ ആലോചിച്ചു. ഹരി എന്തിനാണ് ക്ഷമ പറഞ്ഞത്? ആ നായയുടെ ജീവൻ രക്ഷിച്ചതിനോ? അതുകൊണ്ട് ഞങ്ങൾക്ക് എന്ത് അസൗകര്യം ഉണ്ടായാലും അതിന് എന്ത് വില? ഒരു ജീവൻ മുന്നിൽ വന്നാൽ അതാണ് വലിയത്.

റൂഹ്

റോഡരികിൽ നിന്നുകൊണ്ട് ആ നായ ഞങ്ങളുടെ വണ്ടിയെ നോക്കി നിൽക്കുന്നത് ഞാൻ കണ്ടു. നന്ദി പറയുന്ന പോലെ. അതും ഇപ്പോൾ മരണം നേരിൽ കണ്ടതല്ലേ. എന്താ യിരിക്കാം അതിന്റെ മനസ്സിലൂടെ പോയത്? മുന്നിൽ കണ്ട മരണമോ, തിരിച്ചു കിട്ടിയ ജീവിതമോ? രണ്ടിനും ഇടയിൽ ഒരു നേർത്ത നൂൽ മാത്രം.

അതിലൂടെ തന്നെയാണ് നമ്മളും നടക്കുന്നത്. തലയിൽ എല്ലാ ചുമടുകളും വെച്ച്. പക്ഷേ ജീവിതത്തിൽ വീണാൽ വീണ്ടും എഴുന്നേൽക്കാൻ പല അവസരങ്ങളും ഉണ്ടാകും. വീണ്ടും തുടങ്ങാൻ, വീണ്ടും ശ്വാസം എടുക്കാൻ. എന്നാൽ മരണത്തിൽ വീണാൽ? പിന്നെ എന്തുണ്ട്?

അതിനപ്പുറം നമുക്ക് അറിയാത്തതായി എന്തെങ്കിലും ഉണ്ടാകുമോ? മരണാനന്തരം എന്തായിരിക്കും? എന്റെ യാസ്മി ഇപ്പോൾ എന്നെ കാണുന്നുണ്ടാകുമോ? ഈ കാറിനുള്ളിൽ എവിടെയെങ്കിലും എന്റെ കൂടെയുണ്ടാകുമോ? എല്ലാം മുകളിൽ നിന്ന് കാണുന്നുണ്ടാവുമോ.അതോ ഹൃദയമിടിപ്പ് നിൽക്കുന്ന നിമിഷം എല്ലാം ഇരുട്ടാകുമോ?

അറിയില്ല.. വീണ്ടും ചിന്തകൾ കൈവിട്ടു പോവുന്നു, എന്റെ വീട്ടിലേക്ക എത്താൻ ഇനിയും മുക്കാൽ മണിക്കൂർ കൂടെ ബാക്കി.

ശ്രദ്ധ തെറ്റി നിശ്ചലനായി മനസ്സ് കൈ വിട്ടു പോവുന്ന എന്നെ മെല്ലെ തട്ടി വിളിച്ചു കൊണ്ട് ശ്രീദേവി ചോദിച്ചു

“ഡേവിഡ്.. ഞാൻ ഒന്ന് ചോദിച്ചോട്ടെ. ഇപ്പോൾ വീട്ടിലേക്ക് പോവുന്നത്, എന്തോ തപ്പി എടുക്കാൻ വേണ്ടി ആണെന്നല്ലേ പറഞ്ഞത്, അത് എന്താണെന്ന് എന്നോട് പറയാമോ.”

ശ്രീദേവി അപ്പോഴും എന്റെ കൈ വിട്ടിട്ടില്ലായിരുന്നു, മുറുകെ തന്നെ പിടിച്ചു, അവൾ എന്റെ കൈ മാത്രമല്ല, എവിടെയോ താളം തെറ്റാൻ വെമ്പൽ കൊള്ളുന്ന എന്റെ മനസ്സും അവൾ ചേർത്ത് പിടിച്ചിരിക്കുന്നുവെന്ന് എനിക്ക് തോന്നി. ഒന്നും പറയാതെ തന്നെ.

ശ്രീദേവിയുടെ ചോദ്യം കേട്ട്, ഞാൻ ഒന്നു മെല്ലെ പുഞ്ചിരിച്ചു,

സന്തോഷം കൊണ്ടല്ല. ഒരു നിമിഷം മനസ്സ് പഴയകാലത്തേക്ക് വഴുതി പോയതുകൊണ്ടാണ്. ആ ദിവസത്തിലേക് വീണ്ടും ചെന്ന് നിന്നത് പോലെ.

ഞങ്ങളുടെ അവസാന കൂടി കാഴ്ച.

അവസാനമായി യാസ്മിയെ കണ്ട ദിവസം, അവൾ തന്റെ തട്ടം ഊരി എന്റെ കൈയിൽ വെച്ച് നടന്നകന്ന നിമിഷം, എല്ലാം ഇന്നലെ നടന്നത് പോലെ ഓർമയുണ്ട്,

ആ നിമിഷം,അവളുടെ നടപ്പ്. അവൾ അകലുന്ന വഴി.

പക്ഷെ ഒന്ന് മാത്രം, ഇപ്പോഴും ആ മുഖം മനസ്സിൽ തെളിയുന്നില്ല, കഴിയുന്നില്ല,

ആ തട്ടം ഞാൻ സൂക്ഷിച്ചിരിക്കുന്നു. പൊടി തട്ടാതെ. ഒന്നിനുള്ളിൽ ഒന്നായി പൊതിഞ്ഞ്. ഒരു പൂവ് വെച്ച്, ഭംഗിയായി എന്റെ അലമാരക്കുള്ളിൽ കാത്തു സൂക്ഷിച്ചിട്ടുണ്ട് ഇപ്പോഴും.

അതിൽ അവളുടെ മുടിയുടെ മണം ഇപ്പോഴും ഉണ്ടാകുമോ എന്ന് എനിക്കറിയില്ല. പക്ഷേ ഉണ്ടാവും എന്ന് ഞാൻ വിശ്വസിക്കുകയാണ്. അങ്ങനെയെങ്കിലും അവൾ എവിടെയോ അടുത്ത് തന്നെയുണ്ടെന്ന് തോന്നാൻ.

അശ്വിൻ മുന്നിൽ ഇരുന്നുകൊണ്ട് ഒന്ന് മെല്ലെ തിരിഞ്ഞു ശ്രീദേവിയെ നോക്കി. ഒരു നോട്ടം മാത്രം. അവൾക്കും കാര്യം മനസ്സിലായെന്ന് തോന്നി. അവൾ പതുക്കെ തലകുലുക്കി. അത്ര മാത്രം.

“എല്ലാം ശെരിയാവും ഡേവിഡ്, നമ്മൾ ഇപ്പോൾ ഉടനെ വീട്ടിൽ എത്തുമല്ലോ.”ശ്രീദേവി പറഞ്ഞു.

“അമ്മയും അച്ഛനും എന്നെ ഇങ്ങനെ കാണാൻ പാടില്ല, അവർ ഞാൻ കാരണം ഒരുപാട് അനുഭവിച്ചതാ, ഇനിയും അവരെ ബുദ്ധിമുട്ടിക്കാൻ വയ്യ.”

“എടാ അങ്ങനെയൊന്നും വിചാരിക്കണ്ട, നീ ധൈര്യയായിട്ട് ഇരിക്ക്.” ഹരി പറഞ്ഞു,

ധൈര്യം. ആ വാക്ക് കേട്ടപ്പോൾ ഞാൻ ചിരിച്ചില്ല, പ്രതികരിച്ചില്ല. അത് എവിടെയാണെന്ന് അറിയാമായിരുന്നെങ്കിൽ,

അന്നേ എടുത്തേനെ എന്നൊരു ചിന്ത മാത്രം മനസ്സിലൂടെ പോയി.

കുറച്ച് നിമിഷങ്ങൾ കഴിഞ്ഞ് ഞാൻ പറഞ്ഞു. "നീ വണ്ടി ഒന്ന് നിർത്തു,എനിക്ക് ഒരു സിഗരറ്റ് വലിക്കണം."

ഹരി ഒന്ന് മടിച്ചു. "ഇപ്പോൾ വേണോ? നമ്മൾ ഇപ്പൊ വീട്ടിൽ എത്തില്ലേ?" എന്നവൻ ചോദിച്ചു.

അവൻ പറഞ്ഞത് തീരുന്നതിന് മുമ്പേ അശ്വിൻ മുന്നിലേക്ക് കൈ നീട്ടി നിർത്താൻ ആംഗ്യം കാണിച്ചു. കുറച്ച് മുന്നിൽ തന്നെ ദേവസ്സി ചേട്ടന്റെ കടയുണ്ടായിരുന്നു. ഹരി വണ്ടി അവിടെയായി ഒതുക്കി. വീട്ടിലേക്ക് ഇനി അധികം ദൂരം ഇല്ലെന്ന് എനിക്ക് അറിയാമായിരുന്നു.

ഞാൻ വണ്ടിയിൽ നിന്നിറങ്ങി വേഗത്തിൽ നടന്നു അകത്തേക്ക് കയറി, ശ്രീദേവി വേണമെങ്കിൽ വണ്ടിയിൽ തന്നെ ഇരുന്നോളൂ, ഓഫ് ആക്കുന്നില്ല എന്ന് പറഞ്ഞു ഹരിയും അശ്വിനും എന്റെ പിറകെ വന്നു,

വർഷങ്ങൾക്ക് ശേഷം എന്നെ കണ്ട ദേവസ്സിച്ചേട്ടൻ പതിവു പോലെ കുശലം ചോദിച്ചു. അത് ഞാൻ കേട്ടില്ല. കേട്ടിട്ടും കേൾക്കാത്തതുപോലെ നടന്നു എന്ന് പറയുന്നതാകും ശരി.

കടയ്ക്കുള്ളിൽ മിട്ടായിപ്പാത്രങ്ങൾ നിരത്തി വെച്ചിരുന്നു. അവയുടെ മുകളിലായി കിടന്നിരുന്ന ലൈറ്റർ ഞാൻ എടുത്ത് കൈയിൽ പിടിച്ചു. എന്തോ ഒരു അന്യമായ ശബ്ദം, എന്റേതല്ലാത്തതുപോലെ തോന്നുന്നൊരു ശബ്ദം, എന്റെ ഉള്ളിൽ നിന്ന് പുറത്തേക്ക് വന്നു.

"മൂന്നു കിങ്സ്."

വീടിനു അടുത്തായതുകൊണ്ടും അച്ഛന്റെ സുഹൃത്ത് ആയതുകൊണ്ടും ഞാൻ ഇന്നേവരെ ഈ കടയിൽ നിന്നും സിഗരറ്റ് മേടിച്ചു വലിച്ചിട്ടില്ല, അതുകൊണ്ടാവാം, എന്റെ ചോദ്യം കേട്ട് ദേവസ്സിച്ചേട്ടൻ ഒരു നിമിഷം പകച്ചത്. അദ്ദേഹം ഒന്നും പറയാതെ എന്റെ മുഖത്തേക്ക് നോക്കി. പിന്നെ കണ്ണുകളിലേക്ക്. അവിടെ എന്തോ കണ്ടിരിക്കണം.

ഗോപു മോഹൻ

ഒന്നും മിണ്ടാതെ ദേവസ്സി ചേട്ടൻ മൂന്നു സിഗരറ്റുകൾ എന്റെ കൈയിലേക്ക നീട്ടി. എത്ര ആയെന്ന് പറഞ്ഞില്ല. ഞാൻ ചോദിച്ചുമില്ല.

മൂന്നും ഒരുമിച്ച് ചുണ്ടിൽ വെച്ചു കത്തിച്ച് ഞാൻ കടയിൽ നിന്ന് പുറത്തേക്ക് ഇറങ്ങി. എന്റെ ചുണ്ടിൽ എരിയുന്ന മൂന്ന് പുകയില പോലെ തന്നെ എന്നെ കണ്ടു നീറി നിക്കുന്ന അശ്വിനും ഹരിയും ശ്രീദേവിയും, ഞാൻ കൈയിലേയ്ക്ക് നീട്ടി കാണിച്ച രണ്ട് സിഗരറ്റുകൾ അശ്വിനും ഹരിക്കും നൽകി. അവർ മിണ്ടാതെ വാങ്ങി. മൂന്നാമത്തേത് ശ്രീദേവിയിലേക്ക നീട്ടി. അവൾ തലകുലുക്കി. വേണ്ടെന്ന്.

വീട് അടുത്തുവരുന്തോറും മനസ്സിന്റെ പിരിമുറുക്കം കൂടിക്കൂടി വന്നു. ഒരിക്കൽ, എല്ലാം കഴഞ്ഞുപോയ ഒരു അവസ്ഥയിൽ, ഈ വീട് വിട്ടിറങ്ങിയതാണ്. പിന്നെ എല്ലാം ശരിയാക്കി, സന്തോഷത്തോടെ തിരിച്ചു വന്ന് അച്ഛനെയും അമ്മയെയും കാണണം എന്ന മോഹം മാത്രമാണ് എന്നെ തിരിച്ചു നടത്തിച്ചത്

പക്ഷേ ഇപ്പോൾ... ഇങ്ങനെ പാതി മരിച്ച നിലയിൽ അവരുടെ മുന്നിൽ നിൽക്കണമല്ലോ എന്ന ചിന്ത തന്നെ എന്നെ തളർത്തി. എന്നാലും എനിക്കാ തട്ടം കാണണം. കൈയിൽ എടുക്കണം. മുഖത്തോട് ചേർക്കണം. ഒരിക്കൽ കൂടി... ഒരിക്കൽ മാത്രം... അവളുടെ മുഖം ഓർക്കണം.അത്രയേ എനിക്ക് വേണ്ടുള്ളൂ.ഞങ്ങൾ നാല് പേരും കടയുടെ ഒരു വശത്ത് നിശബ്ദമായി നിന്നു. ആണുങ്ങൾ സിഗരറ്റ് വലിക്കുന്നതിന്റെ അടുത്ത് ഒരു പെൺകുട്ടി നിൽക്കുന്നു എന്നത് ആ നാട്ടിലെ സദാചാര കണ്ണുകൾക്ക് സഹിക്കാനാവാത്ത കാഴ്ചയായിരിക്കണം. ഒരാൾക്കൊരാൾ പോലെ അവർ എത്തി നോക്കിക്കൊണ്ടിരുന്നു.

എന്തൊരു നാടാണിത് എന്ന് ഞാൻ ഉള്ളിൽ ചോദിച്ചു. അവർക്ക് നോക്കാതിരിക്കാൻ പറ്റാത്ത ചില കാര്യങ്ങളുണ്ട്.ചങ്കുപൊട്ടി ഒരുത്തൻ നിൽക്കുന്നത് അവർ കാണില്ല. കണ്ണുകൾ ശൂന്യമായി, ശ്വാസം ഒട്ടിപ്പിടിച്ച് ഒരാൾ നിൽക്കുന്നതും അവരുടെ കാഴ്ചയിൽ പെടില്ല. പക്ഷേ സ്വാതന്ത്ര്യത്തോടെ, ആരെയും

ക്കൂസാതെ അവരുടെ വ്യക്തിപരമായ സാമൂഹ്യ ബോധങ്ങൾ ക്ക് വിരുദ്ധമായി ഒരു പെൺകുട്ടി നിൽക്കുന്നു എന്നറിഞ്ഞാൽ, അപ്പോൾ അവർക്കുള്ളിലെ സദാചാരം ഉണരും.കണ്ണും നാവും ഒരുമിച്ച് ഉയരും,

"അതേ... ഇത് പൊതുസ്ഥലമാ. കേട്ടോ. ഇവിടെ ഇതൊന്നും പറ്റില്ല."

പിന്നിൽ നിന്നൊരു ശബ്ദം കേട്ട് ഞങ്ങൾ തിരിഞ്ഞു നോക്കി. തേച്ചു മിനുക്കിയ ഷർട്ടും വടിവൊത്ത പാന്റും ധരിച്ച, ക്ലീൻ ഷേവ് ചെയ്ത ഒരു മധ്യവയസ്കൻ. മുഖത്ത് ഒരു കൃത്രിമ കർശനത.ജീവിതത്തിൽ ഒരുപാട് കാര്യങ്ങൾ ശരിയാക്കിയിട്ടുണ്ടെന്ന ഭാവം.

അന്നേരം എനിക്ക് പ്രതികരിക്കാൻ തോന്നിയില്ല. കൈ വിട്ടു നിൽക്കുന്ന ഒരാൾക്ക് പ്രതികരണം ഒരു വലിയ ബുദ്ധിമുട്ടാണ്.

"എന്താ ചേട്ടാ? എന്തെങ്കിലും കുഴപ്പം ഉണ്ടോ? "ഹരി കുറച്ചു കടുപ്പത്തിൽ തിരിച്ചു ചോദിച്ചു.

ഇവിടെ നിന്ന് പുക വലിക്കാൻ പാടില്ല, അയാൾ ശ്രീദേവി യെ നോക്കി പറഞ്ഞു.അവളെയേ കണ്ടുള്ളൂ അയാൾ. പക്ഷെ തെല്ലും അവൾ പതറാതെ ഒരു ചെറിയ പുഞ്ചിരിയോടെ തന്നെ തിരിച്ചു നോക്കി. ചിലപ്പോൾ അതായിരിക്കും അയാളെ കൂടുതൽ പ്രകോപിതനാക്കിയത്.

"ചേട്ടാ, ഞങ്ങൾ ഇവിടെ ആദ്യമല്ല, ചേട്ടൻ പോവാൻ നോക്ക്," അശ്വിൻ മുന്നോട് കയറി നിന്ന് അയാളുടെ മുഖത്തു രൂക്ഷമായി നോക്കികൊണ്ട് പറഞ്ഞു.

"അതെന്തെങ്കിലും ആയിക്കൊള്ളട്ടെ, ഈ സ്ഥലത്തു ഇതൊന്നും നടക്കില്ല,അയാൾ ആവർത്തിച്ചു"

ഹരി വീണ്ടും കലിയോടെ സംസാരിക്കാൻ തുടങ്ങിയപ്പോൾ അകത്തു നിന്നും ഒരു ഗംഭീര ശബ്ദം,

"എന്താടാ പ്രശ്നം "

അകത്തേക്ക് നോക്കിയപ്പോൾ ചുവന്ന തോർത്ത് കൊണ്ട് കൈ തുടച്ചു കൊണ്ട് ആ തോർത്ത് തോളിൽ അണിഞ്ഞു ഇറങ്ങി വരുന്ന ദേവസ്സി ചേട്ടൻ. മധ്യവയസ്കനെ കണ്ട മാത്ര ചേട്ടന്റെ

മുഖത്തു ഒരു ചെറിയ പുച്ഛം തെളിഞ്ഞു,അത് ദേഷ്യമല്ല. പരിചയ ത്തിന്റെ ക്ഷീണമാണ്.

"ആഹ് നീ ആയിരുന്നോ, എടാ വാ ചായ കുടിക്ക്, പുതിയ തേയില വന്നിട്ടുണ്ട്, കുടിച്ചിട്ടുണ്ട് എങ്ങനെ ഉണ്ടെന്ന് പറഞ്ഞിട്ട് പോ,"

ഒരു നിമിഷത്തിന് ശേഷം, ശബ്ദം ഒന്ന് കൂടെ കടുപ്പിച്ചു കൊണ്ട്

"ആഹ് പിന്നെ. അതെന്റെ പിള്ളേരാ... കേട്ടോ,"

അവിടെവെച്ച് കഥ തീർന്നു. വാദം ഇല്ല. വിശദീകരണം ഇല്ല.

ദേവസ്സിച്ചേട്ടൻ എന്നെ ഒന്ന് നോക്കി. വാത്സല്യവും സങ്കട വും ഒരുമിച്ച് ചേർന്ന ഒരു നോക്കായിരുന്നു.

"ഡേവിഡേ... നീ നേരെ വീട്ടിലേക്ക് ചെല്ല്. കേട്ടോ."

ഞാൻ ഒന്നും പറഞ്ഞില്ല. തലകുലുക്കി.

ആ മധ്യവയസ്കൻ എന്നെ ഒരു നിമിഷം നോക്കി. പിന്നെ അകത്തേക്ക് കയറി പോയി.

ആരും കാണാതെ, ഞാൻ പിന്നിൽ ഒളിപ്പിച്ചിരുന്ന കരിങ്കല്ല് പതുക്കെ താഴേക്ക് ഇട്ടു.

"മക്കളെ. അവനെ നോക്കിക്കോണം." ഹരിയോട്ടും അശ്വി നോട്ടുമായി ചേട്ടൻ കൂട്ടിച്ചേർത്തു,

സങ്കടങ്ങൾ ചോദിക്കാതെ മനസ്സിലാക്കുന്ന, അത് കാണാതെ തന്നെ കൈ പിടിക്കുന്ന ഇതുപോലുള്ള മനുഷ്യർ ഇനിയും കുറച്ച് പേർ കൂടി ഉണ്ടായിരുന്നെങ്കിൽ ഈ ലോകം എത്ര സുന്ദരമായേനെ എന്ന് ഞാൻ ആ നിമിഷം ചിന്തിച്ചു,

14

ഒടുവിൽ സന്ധ്യയോടെ ഞങ്ങൾ വീടെത്തി. ഇതോടെ യാസ്മിയുടെ മുഖം ഓർക്കാൻ എനിക്ക് കഴിയുമല്ലോ എന്ന് ഞാനും അവരും ഒരേ സമയം ഓർത്തു. പക്ഷേ ഞാൻ വണ്ടി യിൽ നിന്ന് ഇറങ്ങിയില്ല. അങ്ങനെ തന്നെ സ്തബ്ധനായി

ഇരിക്കുകയായിരുന്നു. വണ്ടി വന്ന് നിന്ന ശബ്ദം കേട്ട് അമ്മ പുറത്തേക്ക് ഇറങ്ങി വന്നു. മുന്നിൽ ഹരിയേയും അശ്വിനെയും കണ്ടതുമാത്രം മതി, ഞാനും പിറകിൽ ഉണ്ടെന്ന് അമ്മയ്ക്ക് മനസിലായി. അപ്പോൾ അമ്മയുടെ മുഖത്ത് വിരിഞ്ഞ ആ ചിരി കാണേണ്ടതായിരുന്നു. എനിക്ക് ഏറ്റവും സന്തോഷം തോന്നാറുള്ളത് അമ്മ ചിരിക്കുമ്പോഴാണ്. പക്ഷേ ആ നിമിഷം എനിക്ക് ആ സന്തോഷം തോന്നിയില്ല. കാരണം, സന്തോഷത്തോടെ എന്റെ അടുക്കലേക്ക് ഓടിയെത്തുന്ന അമ്മയുടെ ആ ചിരിയുടെ ആയുസ്സ്, എന്റെ മുഖം കാണുന്നത് വരെയേ ഉള്ളൂ എന്ന് എനിക്ക് നന്നായി അറിയാമായിരുന്നു.

ഇനിയും ആ പാവത്തെ വിഷമിപ്പിക്കാൻ വയ്യെന്ന് ഞാൻ മനസ്സിൽ പറഞ്ഞു. ആരെയും. അതുകൊണ്ട് ഞാൻ പെട്ടെന്ന് കാറിൽ നിന്ന് ചാടി ഇറങ്ങി. അപ്പോഴാണ് അമ്മയുടെ വലതു കൈപ്പത്തിയിൽ കെട്ടിയിട്ടിരുന്ന ചെറിയൊരു മുറിവ് എന്റെ ശ്രദ്ധയിൽ പെട്ടത്. എപ്പോൾ പറ്റിയതാണെന്ന് ചോദിക്കാൻ തോന്നിയില്ല. അമ്മമാർ അങ്ങനെ തന്നെയല്ലേ, വേദന പറയാതെ തന്നെ എല്ലാം ചെയ്ത് തീർക്കും. അതേസമയം എല്ലാവരും കാറിൽ നിന്ന് ഇറങ്ങിയിരുന്നു. ഹരിയേയും അശ്വിനെയും അമ്മ സ്വന്തം മക്കളെ പോലെ തന്നെയാണ് കണ്ടിരുന്നത്. പക്ഷേ അന്നാദ്യമായി ഒരു സ്ത്രീയുടെ സാന്നിധ്യം അമ്മയുടെ കണ്ണുകളിൽ ചെറിയൊരു ആകാംഷ പടർത്തുന്നത് ഞാൻ കണ്ടു.

“ആന്റി... ഇത് ശ്രീദേവി. ഞങ്ങളുടെ സുഹൃത്താണ്.”

ഹരിയാണ് ശ്രീദേവിയെ അമ്മയ്ക്ക് പരിചയപ്പെടുത്തിയത്. എന്റെ നാവിന്റെ തുമ്പത്ത് ഒരു ചോദ്യം വന്ന് നിന്നു. പക്ഷേ ശബ്ദം ഇടറുമെന്നു തോന്നി. അതു കേൾക്കണ്ടല്ലോ എന്ന് കരുതി ഞാൻ മിണ്ടാതിരുന്നു. അപ്പോഴേക്കും ശ്രീദേവി അതെ ചോദ്യം തന്നെ അമ്മയോട് ചോദിച്ചു

“കൈക്ക് എന്ത് പറ്റി അമ്മേ? «

ഒരുപാട് നാളത്തെ പരിചയം ഉള്ളതുപോലെയായിരുന്നു അമ്മ അവളോട് സംസാരിച്ചത്. ഒട്ടും ഔപചാരികതയില്ലാതെ,

വീട്ടിലെ ഒരാളോട് പറയുന്നതുപോലെ തന്നെ.

"അത് മോളെ എന്നാ പറയാനാ, ഇവന്റെ അപ്പന് ഞാൻ ഒരു സ്പെഷ്യൽ ചിക്കൻ ഉണ്ടാക്കിയതാ, പിച്ചാത്തി തെന്നി കൈ മുറിഞ്ഞു, പിന്നെ അതിയാൻ ബെറ്റാടിൻ ഒക്കെ വെച്ച് കെട്ടിത്തന്നു, നിങ്ങൾ പുറത്തു നിൽക്കാതെ അകത്തോട്ട് വാന്നെ.എത്ര നാളായി ഇവനെ ഒന്ന് കണ്ടിട്ട്..."

"വാടാ." ആ ഒറ്റ വാക്കിൽ തന്നെ അമ്മയുടെ കാത്തിരിപ്പും സ്നേഹവും എല്ലാം ഉണ്ടായിരുന്നു.

എല്ലാവരും ഒന്നും പറയാതെ അകത്തേക്ക് നീങ്ങി. ഞാൻ മാത്രം അവിടെയേ നിന്നു. ഒരു അടിയെങ്കിലും മുന്നോട്ട് വെക്കാൻ കഴിയാതെ, ശരീരം അനങ്ങാതെ. അപ്പോഴാണ് അമ്മ എന്റെ അടുത്തേക്ക് വന്നത്. അടുത്തെത്തിയപ്പോഴാണ് അമ്മ എന്റെ മുഖം വ്യക്തമായി കണ്ടത്. അതിൽ എഴുതിയിട്ടിരുന്നതെന്തെന്ന് വായിക്കാൻ അമ്മയ്ക്ക് അധികം സമയം വേണ്ടി വന്നില്ല. അമ്മ ഒന്നും ചോദിച്ചില്ല. ഒരു ചോദ്യം പോലും.

അമ്മപ്പക്ഷി തന്റെ ചിറകിനുള്ളിൽ കുഞ്ഞിനെ ഒളിപ്പിക്കുന്നതുപോലെ, അമ്മ എന്നെ കെട്ടിപ്പിടിച്ചു. അങ്ങനെ തന്നെ എന്നെ വീടിനുള്ളിലേക്ക് കൂട്ടിക്കൊണ്ടു നടന്നു. ഞാനും ഒന്നും പറഞ്ഞില്ല. ആ തണലിൽ കൂടെ നടന്നു,

അമ്മയുടെ കൈ മുറിഞ്ഞതിനാൽ അടുക്കള പൂർണമായും ഏറ്റെടുത്ത അച്ഛൻ ഞങ്ങളെ കണ്ടുകൊണ്ട് കൈ തുടച്ച മുന്നിലേക്കു വന്നു, അച്ഛനും ശ്രീദേവിയെ കണ്ടപ്പോൾ അമ്മയുടെ മുഖത്തു ഉണ്ടായ അതേ ആകാംഷ,പക്ഷേ എന്റെ മുഖം കണ്ട നിമിഷം തന്നെ അത് മങ്ങിപ്പോയി. ആകാംഷ ഒരു നിമിഷം കൊണ്ട് തന്നെ ഒരു നിരാശയായി മാറുന്നത് ഞാൻ വ്യക്തമായി കണ്ടു.അന്ന് ഞാൻ കരയാതെ പിടിച്ചു നിന്നു. ഇല്ല... ഇവരുടെ മുന്നിൽ നിന്ന് ഞാൻ കരയില്ല. എന്റെ കണ്ണുനീർ ഇനി ഒരിക്കലും ഇവർക്കൊരു ബാധ്യത ആവരുത്. അത് ശരിയല്ലെന്ന് എനിക്ക് തോന്നി.

ഒറ്റ മകൻ ആയ ഞാൻ വീട്ടിൽ നിന്ന് മാറിനിന്നപ്പോൾ,

കഥകളും കുശലവും പറയാൻ പിന്നെ ഞാൻ ഉണ്ടായില്ല. അവരുടെ ആകുലതകൾ കേൾക്കാനും പങ്കുവെക്കാനും ഞാൻ അവിടെ ഇല്ലാതായി. ഒരുകാലത്ത് ചോറ് വിളമ്പുമ്പോൾ എനിക്ക് കറികൾ എല്ലാം വെവ്വേറെ പാത്രത്തിൽ വേണമെന്ന് ഞാൻ വാശി പിടിക്കുമായിരുന്നു. അന്ന് അതെനിക്ക് വലിയ കാര്യമായിരുന്നു.

ഇപ്പോൾ തീന്മേശയിൽ അവർക്കു രണ്ടു പാത്രങ്ങൾ മതി. ചിലപ്പോൾ ഒന്നും മതി.

അവർ വീണ്ടും, ഒന്നിൽ നിന്നുപോലെ, പരസ്പരം പരിചയപ്പെട്ടു വരികയായിരുന്നു. ഒരുപാട് നാളായി പറയാതെ വച്ചതും, മറന്നതുമായ കാര്യങ്ങൾ അവർ പറഞ്ഞു. കേട്ടു. മനസ്സിലാക്കി. വീണ്ടും വീണ്ടും പ്രണയത്തിലാകുന്നപോലെ. ഒരു സുന്ദര കാവ്യം പോലെ. അവരുടെ പ്രായം തട്ടിയ കണ്ണുകളിൽ അതെനിക്ക് വ്യക്തമായി കാണാമായിരുന്നു.

ഇല്ല...അതിനു ഇനി ഒരു കോട്ടം പോലും തട്ടരുത്. അതിനാൽ ഞാൻ കരയരുത്.

ഞാൻ അച്ഛനെ നോക്കി ഒന്ന് പുഞ്ചിരിച്ചു. അച്ഛനും പുഞ്ചിരിച്ചു.ആ പുഞ്ചിരിയിൽ എല്ലാം ഉണ്ടായിരുന്നു.

ഞങ്ങൾ നേരെ എന്റെ മുറിയിലേക്ക് കയറി വാതിൽ അടച്ചു. എന്താണ് സംഭവിക്കുന്നതെന്ന് മനസ്സിലാകാതെ അച്ഛനും അമ്മയും പുറത്തു തന്നെ നിന്നു. അവരുടെ നോക്ക് എനിക്ക് പിന്നിലും തോന്നി. പക്ഷേ ഞാൻ തിരിഞ്ഞുനോക്കിയില്ല.

മരുഭ്രമിയിൽ ഒരു തുള്ളി വെള്ളം തേടുന്നതുപോലെ ഞാൻ അലമാരി മുഴുവൻ അരിച്ചു പെറുക്കി. ഉള്ളിൽ ഉണ്ടായിരുന്നതെല്ലാം വലിച്ചെറിഞ്ഞു. പിറകിലേക്കും നിലത്തേക്കും. ഞാൻ വാരി ഇടുന്നതെല്ലാം അശ്വിൻ ഒന്നും പറയാതെ മടക്കി ഒരു വശത്ത് വെക്കുന്നുണ്ടായിരുന്നു,

ഓരോ തുണി എടുത്തു നോക്കുമ്പോഴും എന്റെ നെഞ്ചിടിപ്പ് കൂടി കൂടി വന്നു, എവിടെയാണ് അത് എന്ന് ഞാൻ മനസ്സിൽ ചോദിച്ചു, അവൾ എനിക്ക് നൽകിയ അവളുടെ മണമുള്ള ആ

വയലറ്റ് തട്ടം,

എന്റെ ശ്വാസം മുറി മുഴുവൻ കേൾക്കാമായിരുന്നു. നെഞ്ചിലെ കിതപ്പ് ചുമരുകളിലേക്ക് തട്ടി തിരിച്ചു വരുന്നതുപോലെ. ഞാൻ തിരയൽ നിർത്തിയില്ല.

ഒടുവിൽ ഒരു പ്ലാസ്റ്റിക് കൂടിൽ ഒരുചുളിവ് പോലും വീഴാതെ ഞാൻ കാത്തു സൂക്ഷിച്ചിരുന്ന എന്റെ യാസ്മിയുടെ ഹിജാബ്.

ഞാൻ അതുമായി മെല്ലെ കട്ടിലിൽ ഇരുന്നു. അതിനെ നെഞ്ചോട് ചേർത്ത് പിടിച്ചു. ആ നിമിഷം ആ മുറി എനിക്കൊരിടമായി. എന്റെ മാത്രം ഇടമായി.

അത് മനസ്സിലാക്കിയതുപോലെ അശ്വിനും ഹരിയും ശ്രീദേവിയും ഒന്നും പറയാതെ ജനാലക്കരികിലേക്ക് മാറി നിന്നു.

അറിയില്ല... എന്ത് ചെയ്യണമെന്ന് എനിക്ക് തന്നെ അറിയില്ലായിരുന്നു.

ഞാൻ അത് മെല്ലെ തുറക്കുമ്പോൾ, അവൾ ലോകം വിട്ടു പോയല്ലോ എന്ന യാഥാർത്ഥ്യം വീണ്ടും വീണ്ടും എന്റെ നെഞ്ചിൽ ഒരു കത്തി പോലെ ആഴ്ന്നിറങ്ങി.

എന്റെ കണ്ണ് നീരുകൾ മൃദുവാർന്ന ആ തുണിയിൽ വീഴുന്നത് ഞാൻ അറിഞ്ഞു, തുടച്ചു കളയാൻ തോന്നിയില്ല. അതും അവളുടെതായിരിക്കും എന്നൊരു ഭ്രമം പോലെ.

യാസ്മി... നിന്റേതെന്നു ഓർക്കാൻ എനിക്ക് ബാക്കി വന്നത് ഇതൊന്നേയുള്ളൂ. നിന്റെ മുഖം... അതുപോലും എനിക്ക് ഇപ്പോൾ ഓർമ്മയില്ല, അത് മനസ്സിൽ പറയുമ്പോൾ എനിക്ക് ലജ്ജ തോന്നി. അത്ര സ്നേഹിച്ച ഒരാളുടെ മുഖം പോലും മനസ്സിൽ പിടിച്ചു നിർത്താൻ കഴിയാത്തവനായി ഞാൻ നിന്നു. എനിക്ക് ഇപ്പോഴും വിശ്വസിക്കാൻ കഴിയുന്നില്ല, അവൾ എന്ത് തെറ്റ് ചെയ്തു,?

ഇത്രയും നിഷ്ക്കളങ്കമായ മനസ്സിനെ എന്തിനു വേദനിപ്പിച്ചു, കൊന്നു കളഞ്ഞു,

പരമ കാരുണ്യവാനെന്നു അവകാശപ്പെടുന്ന ദൈവമേ, നീ എന്നൊരു സത്യം ഉണ്ടെങ്കിൽ എന്റെ യാസ്മിക്കുവേണ്ടി നിന്നെ

തേടി വരാൻ ഞാൻ തയ്യാറാണ്. വേട്ടയാടാൻ പോലും.

അതെ, നീ ക്രൂരനാണ്.

മരണം മുന്നിൽ കണ്ടപ്പോൾ പോലും അവൾ ഭയന്ന് ഒരു കൊച്ചു കുഞ്ഞിന്റെ നിസ്സഹായതയോടെ, വിളിച്ചത് നിന്നെയായിരിക്കും. നീയെന്തു ചെയ്തു?

മുപ്പത്തി മുക്കോടി ദൈവങ്ങൾ, അവർ എന്ത് ചെയ്തു?

എന്റെ യാസ്മി... മാപ്പ്.

ഈ ക്രൂര ലോകത്തിനുവേണ്ടി... ഈ ദൈവങ്ങൾക്കുവേണ്ടി... മാപ്പ്.

അതവർക്കുവേണ്ടി പറഞ്ഞതല്ല. അത് എന്റെ പ്രാർത്ഥനയാണ്.

നിരീശ്വരവാദിയായ ഞാൻ നിനക്കുവേണ്ടി ചെയ്യുന്ന ദുആ.

വിശ്വാസം കൊണ്ടല്ല. സ്നേഹം കൊണ്ടാണ്. കുറ്റബോധം കൊണ്ടാണ്,

അത്രയും സ്നേഹിച്ചൊരാൾ വിട്ടു പോവുമ്പോൾ അയാളെ വിട്ടുകൊടുക്കാൻ മനസ്സില്ലാത്തതുകൊണ്ടാണ്, മരണാന്തര ജീവിതവും, ആത്മാവ് നമ്മളെ വിട്ടു പോവുന്നില്ലെന്നുമില്ല ചില മിത്തുകളും കെട്ടുകഥകളും സത്യം ആയിരിക്കണേ എന്ന് ഒരു നിമിഷം ചിന്തിച്ചു പോവുന്ന നിമിഷം,

ഓർക്കുമ്പോൾ നെഞ്ച് പിളരുക ആണ്.വേദനിച്ചിരിക്കുമോ അവൾക്ക്?

ആരും കൂട്ടിനില്ലാതെ ഇരുട്ടിലേക്ക് മറയുമ്പോൾ പേടിച്ചു കാണുമോ ആ പാവം,

എല്ലാവര്ക്കും നല്ലത് മാത്രം നേരുന്ന, നന്മ ഓതുന്ന, സ്നേഹിക്കാൻ മാത്രമറിയുന്ന ആ ശുദ്ധാതമാവിനെ എന്തിനു നീ കൊന്നു കളഞ്ഞു,

പകരം എന്റെ ജീവൻ എടുത്തു കൂടായിരുന്നോ?

മരണത്തിനും പല ദൈവങ്ങൾ ഉള്ള ഈ ലോകത്തു, ഏതു ദൈവത്തിന്റെയും കാൽക്കൽ വീഴാനും യാചിക്കാനും ഞാൻ തയാറാണ്, എന്റെ യാസ്മിക്ക് വേണ്ടി,

മനസ്സിൽ എല്ലാം പറഞ്ഞു ശബ്ദം പുറത്തേക്ക് വരാതെ കരഞ്ഞു കൊണ്ട് ഞാൻ ആ തട്ടം മുഖത്തേക്ക് ചേർത്ത് പിടിച്ചു, അതിൽ ഇപ്പോഴും അവളുടെ മുടിയുടെ മണമുണ്ട്,ആ മണമാണ് എന്നെ പിടിച്ചു നിർത്തിയത്. അതും മങ്ങിയാൽ അവൾ പൂർണ്ണമായി പോയെന്ന് സമ്മതിക്കേണ്ടി വരുമെന്നൊരു ഭയം,

തട്ടം മുഴുവൻ എന്റെ കണ്ണ് നീർ കൊണ്ട് നനഞ്ഞു,

ഇല്ല... അവൾ മരിച്ചിട്ടില്ല.

അവൾ ഇവിടെ തന്നെയുണ്ട്.അവളുടെ മണം ഇപ്പോഴും ഉണ്ടല്ലോ.

ഞാൻ വീണ്ടും ആ തട്ടം മുഖത്തോട് ചേർത്ത് പിടിച്ചു. അപ്പോൾ അവൾ എന്റെ മുന്നിലുണ്ട് എന്നൊരു തോന്നൽ. അവളുടെ കാലുകൾ... ഞാൻ അവ കാണുന്നു. എന്റെ കണ്ണുകൾക്ക് മുന്നിൽ തന്നെയാണ് അവൾ നിൽക്കുന്നത്.

അവളുടെ ചിരി ഞാൻ കേൾക്കുന്നു.

കാറ്റിൽ അവളുടെ നീളൻ കുപ്പായവും തട്ടവും മെല്ലെ പറക്കുന്നതു ഞാൻ കാണുന്നു.

ആ നീളൻ കൈവിരലുകൾ എന്റെ കവിളിൽ തലോടുന്നത് അറിയുന്നു,

ഞാൻ ചെറിയ പേടിയോടെ അവളുടെ മുഖത്തേക്ക് മെല്ലെ നോക്കി,ആ മുഖം ഒരു നോക്ക് കാണാൻ,

അടുത്ത നിമിഷം കട്ടിലിലേക്ക് ഞാൻ പിറകിലേക് ചാഞ്ഞു വീണു, തട്ടം മുഖത്തു വെച്ച് കൊണ്ട് തന്നെ.. ഹരിയും അശ്വിനും എന്ന് പിടിച്ചു ഉയർത്തി. ആരോ തട്ടം എന്റെ മുഖത്തു നിന്നും മാറ്റി, എന്റെ കണ്ണുകൾ കരഞ്ഞു കലങ്ങിയിരുന്നു,ചുവന്നിരുന്നു. എന്നാൽ ഞാൻ ശബ്ദം ഉണ്ടാക്കിയില്ല, ഇല്ല അച്ഛനും അമ്മയും അറിയാൻ പാടില്ല,ഈ മുറിയിൽ ഞാൻ ജീവിച്ചിരിപ്പുണ്ടെന്ന് അവർ കരുതട്ടെ. എന്റെ നെഞ്ച് ഇതിനകം തകർന്നുവെന്ന് അവർ അറിയാൻ പാടില്ല.

ശ്രീദേവി എന്റെ തോളിൽ കൈ വെച്ചു. “ഡേവിഡ്...?” അവളുടെ ശബ്ദത്തിൽ ഒരു പേടിയുണ്ടായിരുന്നു.

ഞാൻ തല ഉയർത്തി അവളെ നോക്കി. കണ്ണിൽ നിന്ന് വെള്ളം ഒഴുകുകയായിരുന്നു.

"ഇല്ല..."

ഞാൻ പറഞ്ഞു.

"ഒന്നും കണ്ടില്ല. അവളുടെ മുഖം... അത് ഓർക്കാൻ പറ്റുന്നില്ല."എന്റെ അവസ്ഥ എനിക്ക് തന്നെ അസംബന്ധമായി തോന്നി. അത്ര സ്നേഹിച്ച ഒരാളെ ഇങ്ങനെ മറക്കാൻ കഴിയുന്ന ഒരാളായി ഞാൻ മാറിയിരിക്കുന്നു.

അപ്പോഴും ആ തട്ടം എന്റെ കൈയിൽ മുറുകെ പിടിച്ചിരുന്നതായിരുന്നു. വിടാൻ തോന്നിയില്ല. അത് വിട്ടാൽ എന്തോ അവസാനിക്കും എന്നൊരു തോന്നൽ.

കുറച്ചു നേരം അങ്ങനെ തന്നെ ഇരുന്നു, എല്ലാവരും നിശബ്ദരായി തന്നെ,അമ്മ കതകിൽ കൊട്ടി വിളിക്കുന്നത് വരെ,

ഞങ്ങൾ ഉടനെ ഇറങ്ങുക ആണെന്നും, എന്റെ ചില സെർട്ടിഫിക്കറ്റുകൾ എടുക്കാൻ വന്നതാണെന്നും അശ്വിൻ അമ്മയോട് പറഞ്ഞു,

"പോടാ,ഇത്ര നാൾ കൂടി നീയൊക്കെ വീട്ടിൽ വന്നിട്ട് കഴിക്കാതെ വിടാം നിന്നെയൊക്കെ "

അമ്മയുടെ സ്നേഹത്തോടെയുള്ള ശകാരത്തിനു മുന്നിൽ എന്ത് പറയണം എന്നറിയാതെ എല്ലാവരും നിസ്സഹായരായി നിന്നു,

ഹരിയും അശ്വിനും എത്ര പറഞ്ഞിട്ടും അമ്മ കേക്കാൻ തയാറായില്ല, അടുപ്പിൽ അരി കൂടുതൽ ഇടുന്നത് മാത്രം ആയിരുന്നു അമ്മയുടെ ചിന്തയിൽ, ഈ സമയം അത്രയും അച്ഛൻ എന്നെ നോക്കി ഇരിക്കുക ആയിരുന്നു,എന്റെ ഉള്ളിൽ നിന്ന് ഓരോ വാക്കും വായിച്ചെടുക്കുന്നത് പോലെ,

ഹരിയും അശ്വിനും മുട്ട് മടക്കിയപ്പോൾ ശ്രീദേവി മെല്ലെ മുന്നോട് വന്നു അമ്മയുടെ കൈ കോർത്ത് പിടിച്ചു കൊണ്ട് പറഞ്ഞു,

"അമ്മ,സമയം ഇല്ലാത്തതുകൊണ്ടല്ലേ, ഡേവിഡിനു ഒരു

ഇന്റർവ്യൂ ഉണ്ട്, ഇപ്പോഴേ വൈകി, അതിന്റെ കുറച്ച് കാര്യങ്ങൾ കൂടി ചെയ്യാനുണ്ട്, അതുകൊണ്ടാണ് അമ്മെ.തിരിച്ച് വരുമ്പോൾ ഇവിടെ നിന്ന് കഴിച്ചിട്ടേ ഞങ്ങൾ പോവൂ, ഉറപ്പ്. "

മനസ്സില്ലാ മനസ്സോടെ ആണെങ്കിലും ശ്രീദേവിയുടെ വാക്കുകൾക്ക് മുന്നിൽ അമ്മ സമ്മതിച്ചു.

ഞങ്ങൾ വീട്ടിൽ നിന്നിറങ്ങി. വന്നപ്പോൾ എന്റെ കൈയിൽ ഒന്നുമുണ്ടായിരുന്നില്ല. പോകുമ്പോൾ ഒരു കൂട് മാത്രം ഉണ്ടായിരുന്നു, അതിൽ മടക്കി വെച്ച ഒരു വയലറ്റ് നിറത്തിലുള്ള തുണിയും, യാസ്മിയുടെ ഹിജാബ്,

വന്നിട് അമ്മയോട് ഒരു വാക്ക് പോലും പറയാതിരുന്നതിന്റെ പരിഭവം മുഴുവൻ ആ മുഖത്തുണ്ടായിരുന്നു. ഞാനൊന്നും പറഞ്ഞില്ല, വെച്ചുകെട്ടിയ മുറിവിൽ ഒരു മുത്തം കൊടുത്തിറങ്ങി, വേദന മറച്ചുവയ്ക്കാനുള്ള ഒരു ശ്രമം മാത്രം. എനിക്ക് വേറെ ഒന്നും ചെയ്യാൻ അറിയില്ലായിരുന്നു.

ഇത്തവണ കാറിൽ കയറിയപ്പോൾ ഞാൻ മുന്നിലെ സീറ്റിലായിരുന്നു. ശ്രീദേവി ഒരു നിമിഷം അത് നോക്കി നിന്നു. അവൾക്ക് എന്തോ പറയാനുണ്ടായിരുന്നു പോലെ. പിന്നെ ഒന്നും പറഞ്ഞില്ല. എല്ലാവരും കയറി, വണ്ടി പതുക്കെ മുന്നോട്ട് നീങ്ങി.

ഞാൻ ഗ്ലാസ് താഴ്ത്തി പുറത്തേക്ക് നോക്കി ഇരുന്നു.ശകാരിച്ചു കൊണ്ട് പല ആവർത്തി കാറ്റ് എന്റെ മുഖത്തു അടിച്ചു കൊണ്ടിരുന്നു.അവൾ പോയെന്ന കാര്യം വീണ്ടും വീണ്ടും ഓർമ്മിപ്പിക്കുന്നതു പോലെ,കാറ്റടിച്ചു കണ്ണുനീർ മഴത്തുള്ളികൾ പോലെ വായുവിൽ പറന്നു നടന്നു, ആരും കാണാതെ,

എന്റെ നിസ്സഹായത ഓർത്തു എന്ത് ചെയ്യണമെന്നറിയാതെ ഞാൻ കണ്ണുമടച്ചു അങ്ങനെ ഇരുന്നു, പെട്ടെന്ന് ഡ്രൈവിംഗ് സീറ്റിൽ നിന്ന് ഒരു കുപ്പി കുടിവെള്ളം എന്റെ ഭാഗത്തേക്ക് നീട്ടി. ഞാൻ ദാഹിച്ചു വരണ്ടിരുന്നു എന്ന് പറയേണ്ടി വന്നില്ല.ഹരിയെയാവുമെന്നു കരുതി ഞാൻ നോക്കി. പക്ഷേ കണ്ടത് ശ്രീദേവിയെ ആയിരുന്നു.

അവൾ ആയിരുന്നു വണ്ടി ഓടിച്ചു കൊണ്ടിരുന്നത്,

വീട്ടിൽ നിന്ന് ഇറങ്ങിയപ്പോൾ ഞാൻ മുന്നിൽ ഇരുന്നിട്ടും, അവൾ എന്നെ ഒറ്റയ്ക്ക് ആക്കിയില്ല.എന്നെ ചേർത്ത് പിടിച്ച തന്നെ നിന്നു.

പക്ഷേ ഇപ്പോൾ എന്റെ മനസ്സിനുള്ളിൽ ഒരേയൊരു കാര്യം മാത്രം, കടൽ പോലെ വീണ്ടും വീണ്ടും അലയടിച്ച കൊണ്ടിരുന്നു

നാളെ യാസ്മിയുടെ ഖബറടക്കം ആണ്. ആ മുഖം ഒന്നു കൂടി ഓർക്കാൻ കഴിയുന്നില്ല.

എത്ര ശ്രമിച്ചിട്ടും പറ്റുന്നില്ല. പക്ഷെ ഞാൻ യാത്ര ആവുകയാണ്, അവസാനമായി ഒരു നോക്ക് കാണുവാൻ, തണുത്തുറഞ്ഞ ആ മുഖം കാണുന്നതിന് തൊട്ട് മുൻപെങ്കിലും അവളുടെ ചിരി ഒന്ന് ഓർത്തെടുക്കാനാവും എന്ന പ്രതീക്ഷയോടെ.

15

വീണ്ടും ഞാൻ എന്റെ പഴയ കാലത്തേക്ക് വഴുതി വീണു. അന്ന് ഒരു മഴദിവസമായിരുന്നു. ക്ലാസ് കഴിഞ്ഞ് എല്ലാവരും കോളേജിന്റെ മുന്നിൽ തന്നെ, എന്തോ കാത്തു നിൽക്കുന്നതുപോലെ, തിക്കിത്തിരക്കി നിൽക്കുന്നു. പുറത്തേക്ക് നോക്കിയാൽ ആകാശം തുറന്നുവെച്ച ഇരുണ്ട പാത്രംപോലെ. അപ്രതീക്ഷിതമായി പെയ്ത വേനൽമഴ. അതിനാൽ തന്നെ പലർക്കും കയ്യിൽ കുടയില്ല. മഴയിൽ നിന്ന് രക്ഷപെടാൻ എല്ലാവരും കൂട്ടംകൂടി നിൽക്കുമ്പോൾ, യാസ്മിയും ആ കൂട്ടത്തിനുള്ളിൽ തന്നെയുണ്ടായിരുന്നു.

അപ്പോൾ അടുത്ത ദിവസം നടക്കാനിരുന്ന പാർട്ടി പരിപാടിക്കായി കോളേജ് ഗേറ്റിന് മുകളിൽ തോരണം കെട്ടുകയായിരുന്നു ഞാനും ഷാഹുലും. മഴയെ പേടിച്ച് നിൽക്കാൻ സമയം ഇല്ലായിരുന്നു. നനഞ്ഞു കുളിച്ചു. ഷർട്ട് ശരീരത്തിൽ ഒട്ടിപ്പിടിച്ചു. പക്ഷേ എനിക്ക് മഴ നനയുന്നത് ഒരിക്കലും അസൗകര്യമെന്നു തോന്നിയിട്ടില്ല.

മഴ നനയാൻ ഉള്ളതാണ് എന്നാണ് ഞാൻ വിശ്വസിച്ചി

രുന്നത്, അത് കൊണ്ട് തന്നെ, മഴയത് ഞാൻ കുട ചൂടാറുമില്ല. എനിക്കിഷ്ടമാണ് മഴ നനയാൻ മഴയിൽ നിൽക്കുമ്പോൾ എനിക്ക് ഒരു വിചിത്രമായ ആശ്വാസമുണ്ടാകുമായിരുന്നു. പ്രകൃതി എന്നോട് സംസാരിക്കുന്നതുപോലെ. വാക്കുകളില്ലാതെ എന്നെ ചേർത്തുപിടിക്കുന്നതുപോലെ.

പിന്നീട് ഒരിക്കൽ, പ്രളയം വന്ന നാൾ, ഒരു കൂട്ടുകാരന്റെ കിടപ്പാടം ഒഴുകിപ്പോയപ്പോൾ, അന്ന് ഞാൻ മഴയെ വെറുത്തിരുന്നു. പക്ഷേ സമയം കഴിഞ്ഞപ്പോൾ ഞാൻ മനസിലാക്കി നമ്മൾ മനുഷ്യർ പ്രകൃതിയോട് ചെയ്തതിന്റെ തിരിച്ചടിയാണത്. അതിനുശേഷം, ഞാൻ വീണ്ടും മഴയെ സ്നേഹിച്ചു തുടങ്ങി. പഴയ പിണക്കം ഒന്നും ഇല്ലാത്ത പോലെ.

മഴയത്തു നിന്ന് കൊണ്ട് തന്നെ തോരണം തൂക്കി ഷാഹുൽ തിരികെ ഓടി കോളേജിൽ കേറിയപ്പോൾ ഞാൻ പതിയെ നടന്നു വരികയാണ് ചെയ്തത്.

ആൾക്കൂട്ടത്തിനിടയിൽ ഞാൻ തേടിയത് എന്റെ മെഹറിന്റെ കണ്ണുകൾ തന്നെ ആയിരുന്നു,

ഇപ്പോൾ ആലോചിക്കുമ്പോൾ, അവളുടെ കണ്ണുകൾ എനിക്ക് വ്യക്തമായി ഓർത്തെടുക്കാൻ കഴിയുന്നില്ല. നിറമോ, ആകൃതിയോ ഒന്നുമില്ല. പക്ഷേ ഒന്ന് മാത്രം ഞാൻ ഉറപ്പായി ഓർക്കുന്നു. ആ കണ്ണുകൾ എന്നിൽ തന്നെ ഉടക്കി ഇരിക്കുകയായിരുന്നു എന്ന് മാത്രം ഞാൻ ഓർക്കുന്നു.

നനഞ്ഞു കുളിച്ച് ഞാൻ അവളുടെ അടുത്തേക്ക് നീങ്ങി. ആൾക്കൂട്ടം എന്നെ കണ്ടപ്പോൾ, മഴയിൽ നിന്ന് രക്ഷപെടാനെന്ന പോലെ,അസൗകര്യത്തോടെ മാറി, എനിക്ക് വഴിയൊരുക്കി.

പക്ഷെ അവൾ മാത്രം ഒരടി മാറിയില്ല, അവൾ എന്നെയും പുറത്തെ മഴയെയും മാറി മാറി കൗതുകത്തോടെ നോക്കുകയായിരുന്നു,അതങ്ങനെ ആണ്. ചില നോക്കുകൾ ജീവിതം മുഴുവൻ മായാതെ കൂടെ നടക്കും,

“നാളെ ഇയ് പനി പിടിച്ചു കിടന്നാൽ ഞാൻ എങ്ങനെ കാണും» എന്ന് പറഞ്ഞുകൊണ്ട് അവൾ കൈ നീട്ടി എന്റെ

തലമുടി ഒന്ന് തോർത്തി. അവളുടെ വിരലുകളിൽ മഴയുടെ തണു പ്പുണ്ടായിരുന്നു.

"ഏയ് എനിക്ക് പനിയൊന്നും പിടിക്കില്ല» ഞാൻ ചിരിച്ചു പറഞ്ഞു.

"ഓഹ് പുതുമഴ നനയല്ലന്നാ മോയന്തേ, ആഹ് കിട്ടുമ്പോ പഠിച്ചോളും»

"നിനക്ക് മഴ ഇഷ്ടമല്ലേ?"

ഞാൻ ചോദിച്ചപ്പോൾ അവൾ ഒരു നിമിഷം ചിന്തിച്ചു നിന്നു.

"അങ്ങനെ ചോദിച്ചാൽ... അറിയില്ല," അവൾ പറഞ്ഞു.

"ഞാൻ ഇതുവരെ മഴ നനഞ്ഞിട്ടില്ല."

"ഇന്നേവരെ?"

ഞാൻ അതിശയത്തോടെ ചോദിച്ചു.

"ഇന്നേവരെ," അവൾ തലകുലുക്കി.

"അതെന്താ അങ്ങനെ.. ? കൗതകത്തോടെ ഞാൻ ചോദിച്ചു,

"അതെന്താണ് ചോദിച്ചാൽ അറിയില്ല.." പുഞ്ചിരിച്ചുകൊണ്ട് അവൾ മറുപടി പറഞ്ഞു

"എടി. മഴ നനയാൻ ഉള്ളതാ... അത് നനയണം..."

"ആണോ...?"

"നനഞ്ഞാലോ...? "ഒരു കുസൃതി ചിരിയോടെ ഞാൻ ചോദിച്ചു.

അവൾ ഒന്നും മിണ്ടിയില്ല, തല ഒന്ന് വെട്ടിച്ചു പുറത്തെ മഴയെ നോക്കി ഒന്ന് പുഞ്ചിരിച്ചു,

ഒന്നും മിണ്ടാതെ ബാഗിൽ നിന്നും ഒരു കുട എടുത്തു എനിക്ക് നേരെ നീട്ടികൊണ്ട് പറഞ്ഞു

"വാ നമുക്ക് പിറകിലെ ഗേറ്റ് വഴി പോവാം, മഴയത്തു ഇപ്പോൾ നല്ല രസമായിരിക്കും അവിടെ "

മഴയത്തു ഇത്രയും നേരം മുഷിഞ്ഞു നിന്നിട് മെഹർ ഇപ്പോൾ കുട എടുക്കുന്നത് കണ്ട ഒരു പെൺകുട്ടി ഞങ്ങളെ രൂക്ഷമായി ഒന്ന് നോക്കി, പക്ഷെ അവൾക്കറിയില്ലലോ അവൾ മഴ തോരൻ അല്ല, എന്നെയും കാത്തുള്ള നിൽപ്പായിരുന്നു

അതെന്ന്,

മെഹർ പറഞ്ഞത് ശരിയായിരുന്നു. കോളേജിന്റെ പിൻവശത്തുള്ള വഴി മഴയത്ത് വേറൊരു ഭംഗിയാണ്. വലിയ കാഴ്ചകളൊന്നുമില്ല അവിടെ. കുറച്ചു മരങ്ങൾ. വെട്ടിയൊതുക്കിയ പുല്ല്. ഇടയ്ക്കിടയ്ക്ക് കാണുന്ന ചെറിയ പൂക്കൾ. ഇരുണ്ട് കൂടിയ മേഘങ്ങൾക്കിടയിലൂടെ മഴത്തുള്ളികൾ ഒരു ഗീതം പോലെ പെയ്യുമ്പോൾ ഇലകളിൽ മഴ വീഴുന്ന ശബ്ദവും വായുവിലെ തണുപ്പും കൂടെ ഇവളും ഉണ്ടെങ്കിൽ അതൊരു ഒരു ഏദൻ തോട്ടം പോലെ തോന്നിക്കും.

മെഹറിനെ ഒരു തുള്ളി മഴയും തൊടാതിരിക്കാൻ ഞാൻ കുടക്കുള്ളിൽ ചേർത്ത് നിർത്തി. അവളുടെ തോളിൽ കൈ വെച്ച് ഞങ്ങൾ നടന്നു. ആ മഴ അന്നേ സമയം എനിക്ക് വേണ്ടി മാത്രമാണെന്നൊരു തോന്നൽ ഉണ്ടായി. ഞങ്ങളുടെ പ്രണയത്തിനു വേണ്ടി പ്രകൃതി ആശംസകൾ നേരുന്നത് പോലെ.

അപ്രതീക്ഷിതമായി കോരിച്ചൊരിഞ്ഞ മഴ ആയതുകൊണ്ട് പിൻവഴിയിൽ ആരുമില്ലായിരുന്നു. മെഹർ എന്നെയൊന്ന് നോക്കി. ആ നിമിഷം മഴക്കും അവൾക്കും ഇടയിൽ നിന്നിരുന്ന കുട ഞാൻ അങ്ങ് മടക്കി, മഴ അവളുടെ മേൽ സ്നേഹം കൊണ്ട് പൊതിഞ്ഞു, അവൾ അർഹിക്കുന്ന സ്നേഹം പോലെ.അന്നാദ്യമായി അവൾ മഴ നനഞ്ഞു, അവളുടെ ശരീരത്തേക്കാൾ കൂടുതൽ അവളുടെ മനസ്സാണ് നനഞ്ഞത്.

മെഹറിന്റെ കണ്ണുകൾ അന്ന് തിളങ്ങിയിരുന്നു എന്ന് ഞാൻ ഓർക്കുന്നു,

അന്ന് നനുത്ത മഴത്തുള്ളികൾ പൊഴിഞ്ഞത് അവളുടെ ശരീരത്തിൽ അല്ല, മനസ്സിലായിരുന്നു,അതവൾ പൂർണ മനസ്സോടെ ആശ്ലേഷിച്ചു.. ഈ പുതു അനുഭവം അവൾക്കുള്ളിൽ ഉണ്ടായിരുന്ന കൊച്ചു കുട്ടിയെ ഉണർത്തി.

മുട്ടിലിഴയുന്ന കുഞ്ഞു ആദ്യമായി നടക്കുന്നത് കാണുന്ന സന്തോഷത്തോടെ ഞാൻ അത് നോക്കി നിന്നുപോയി,മഴ നല്ല തകർത്തു പെയ്തുകൊണ്ടിരുന്നു, മെഹർ ഇരുകൈയും

വിടർത്തി, മേഘങ്ങളെ നോക്കി തല ഉയർത്തി, കണ്ണുകളടച്ച് അങ്ങനെ നിന്നു

അവളുടെ മുഖത്ത് അപ്പോൾ ഒരു ശാന്തത ഉണ്ടായിരുന്നു. പറയാൻ പറ്റാത്തതെങ്കിലും വ്യക്തമായി കാണാവുന്നൊരു സമാധാനം. തട്ടത്തിനടിയിൽ ഒളിച്ചിരുന്ന മുടി മുഴുവൻ നനഞ്ഞിരുന്നു. അവൾ മഴയിൽ ലയിച്ചിരിക്കുകയായിരുന്നു. അല്ല... അതല്ല ശരി. മഴ അവളിലേക്കാണ് ലയിച്ചിരുന്നത്.

ശക്തമായി പെയ്തിരുന്ന മഴയിൽ വഴിയും മരങ്ങളും ആകാശവും എല്ലാം ഒരേ നിറമായപ്പോൾ, അവളുടെ മുഖത്തേക്ക് എത്തിയപ്പോൾ മാത്രം മഴയുടെ ഭാവം മാറി. അവിടെ അത് ശബ്ദം കുറച്ചു. വേഗം കുറച്ചു. ഒരു സ്നേഹസ്പർശം പോലെ അവളുടെ മുഖത്ത് തലോടി നിന്നു.

“ഡേവി,” സ്നേഹത്തോടെ എന്നെ അവൾ വിളിച്ചു,ശേഷം ഒരു കൊച്ചു കുട്ടിയെ പോലെ ഓടി വന്നെന്നെ കെട്ടിപിടിച്ചു നിന്നു..

ആ നിമിഷം, മഴക്കിടയിലും അവളുടെ ചൂട് എനിക്ക് വ്യക്തമായി തോന്നി. നനഞ്ഞ വസ്ത്രത്തിനുള്ളിൽ നിന്നൊരു ജീവൻ. പുതുമണ്ണിന്റെ മനോഹരമായ മണത്തേക്കാൾ ഉയർന്നു നിന്ന അവളുടെ മണം,നിശബ്ദമായിരുന്നെങ്കിലും കാതിൽ കേക്കുന്ന അവളുടെ ഉള്ളിൽ നിന്നുയരുന്ന ഒരു ചിരി.. എന്റെ മനസ്സിൽ പ്രളയം പോലെ എന്തോ നിറഞ്ഞു പൊട്ടാതിരിക്കാൻ പിടിച്ചു നിക്കുന്നത് പോലെ,

ഇത്രയും ശാന്തമായി, ഇത്രയും ആഴത്തിൽ, ഇത്രയും മുഴുവനായി എന്നെ സമർപ്പിച്ചു കൊണ്ട് ഞാൻ ഇതുവരെ ആരെയും സ്നേഹിച്ചിട്ടില്ലെന്ന് ആ നിമിഷം എനിക്ക് മനസ്സിലായി.

അല്ല സ്നേഹം എന്ന വാക്ക് പറഞ്ഞാൽ പോരാ, അതിനും അപ്പുറം ഒരു വാക്ക് ഉണ്ടോ എന്നും അറിയില്ല.

എന്നെ കെട്ടിപ്പിടിച്ചുനിന്ന അവൾ, പതിയെ മുഖം ഉയർത്തി. അവളുടെ കണ്ണുകൾ എന്റെ മുഖത്തോട് അടുത്തു വന്നു. ഞാൻ അറിയാതെ തന്നെ തല അല്പം കുനിച്ചു

മഴത്തുള്ളികൾ അവളുടെ ചുണ്ടുകളിൽ മുത്തം വച്ചുപോയതു

പോലെ നനഞ്ഞു നിന്നു. ആ നിമിഷം, എനിക്ക് മുമ്പേ എന്റെ മനസ്സ് നീങ്ങി. ഞാൻ അവളെ ചുംബിച്ചു പോയി. അത്രയും സ്നേഹത്തോടെ.

എന്റെ ശരീരം അപ്പോൾ എനിക്ക് തന്നെ അന്യമായിരുന്നു. ഇതുവരെ ഞാൻ വിശ്വസിച്ചിരുന്ന ശരീരശാസ്ത്രം ഒക്കെ വെറുതെയായി തോന്നി.ശരീരത്തെ ആ നിമിഷം നിയന്ത്രിക്കുന്നത് തലച്ചോറല്ലെന്ന് മനസ്സിലായി. മനസ്സായിരുന്നു. ഒന്നും ആലോചിക്കാതെ, പക്ഷേ എല്ലാം അറിയുന്ന മനസ്.

അതാണ് ഞങ്ങളുടെ ആദ്യ ചുംബനം. തീർത്തും അപ്രതീക്ഷിതമായി.

മെഹർ പക്ഷെ ഒന്നു ഞെട്ടി.

ഒരു നിമിഷം ശ്വാസം പോലും മറന്നുപോയതുപോലെ നിന്നു. പിന്നെ എന്നെ നോക്കി. ആ നോട്ടത്തിൽ ആശ്ചര്യവും, ഒരു ചോദ്യം പോലെയും എന്തോ ഒന്നും ഉണ്ടായിരുന്നു.

അത് കണ്ടപ്പോൾ എന്റെ മനസ്സിൽ ഒരു കുറ്റബോധം പെട്ടെന്ന് കടന്നുവന്നു. "ഇത് തെറ്റായിപ്പോയോ?" "അവൾക്കു എന്റെ ഈ പ്രവൃത്തി വേദന ഉണ്ടാക്കിയോ ? "ഒരു നിമിഷം ഞാൻ അവളിൽ നിന്നകന്നു നിൽക്കണമെന്ന് പോലും തോന്നി.

മെഹർ ഒന്നും പറഞ്ഞില്ല. എന്റെ കൈയിൽ നിന്നു കുട തിരിച്ചു വാങ്ങി, അവൾ എന്റെ കണ്ണുകളിലേക്കു നോക്കിയില്ല. കുട തുറന്ന്, മഴയെ തടഞ്ഞുകൊണ്ട് മെല്ലെ മുന്നോട്ടു നടന്നു.

എനിക്ക് അപ്പോൾ വല്ലാത്തൊരു കുറ്റബോധം തോന്നി. അവളോട് അനുവാദം ചോദിക്കാതെ അങ്ങനെ ചെയ്തതെന്തിനെന്ന് എന്റെ മനസ്സ് തന്നെ എന്നെ ചോദ്യം ചെയ്തു, മാപ്പ് പറയണം.

ഞാൻ അവളുടെ പിന്നാലെ നടന്നു.

എന്റെ കാൽപ്പാടുകളുടെ ശബ്ദം അവൾ കേട്ടിരിക്കണം. അവൾ ഒന്നു നിന്നു. പിന്നെ തിരിഞ്ഞു നോക്കി. ഒന്നും പറയാതെ, എനിക്കായി കുട അല്പം ഉയർത്തി പിടിച്ചു.

കുടക്കുള്ളിൽ കയറിയപ്പോൾ ഞാൻ പറഞ്ഞു: "യാസ്മി...

അത് ഞാൻ അറിയാതെ."

വാക്ക് മുഴുമിപ്പിക്കാൻ എനിക്ക് കഴിഞ്ഞില്ല. അവൾ എന്റെ തോളിൽ കൈ വെച്ചു, ഉറപ്പോടെ. പിന്നെ മെല്ലെ കാൽവിരലുകളിൽ കുത്തിനിന്നു ഉയർന്ന്, കുടയെ ഞങ്ങൾക്കിടയിൽ ഒരു മറയാക്കി, അവളുടെ ചുണ്ടുകൾ എന്റെ ചുണ്ടുകളിൽ ചേർത്ത് വെച്ചു എനിക്കായി ഒരു സ്നേഹചുംബനം നൽകി,

അതിൽ ഒരു ആശങ്കയുമില്ലായിരുന്നു.സംശയമില്ലായിരുന്നു, അനുവാദവും വേണ്ടി വന്നില്ല,അവിടെ പ്രണയം മാത്രമേ ഉണ്ടായിരുന്നുള്ളൂ.

അടുത്ത നിമിഷം അവൾ തല കുനിച്ചു. നാണത്തോടെ. പറയാനുള്ളതൊക്കെ ചുംബനത്തിലൂടെ തന്നെ പറഞ്ഞിരുന്നു.

ആ ചുംബനം കഴിഞ്ഞ നിമിഷം, എന്റെ ഉള്ളിൽ എന്തൊക്കെയോ സംഭവിക്കുന്നത് പോലെ എനിക്ക് അനുഭവപെട്ടു, ഇപ്പോൾ മഴ പെയ്യുന്നത് ഞാൻ അറിയുന്നില്ല, നനയുന്നത് അറിയുന്നില്ല, അവൾ അല്ലാതെ മറ്റൊന്നിനെയും അറിയുന്നില്ല, എന്നെ പോലും

ഒരു നിമിഷം ഞാൻ എന്നെ തന്നെ മറന്നു. ശരീരമുണ്ടെന്ന ബോധം പോലും എവിടെയോ പോയതുപോലെ. മനസ്സ് മാത്രം അവളുടെ അടുത്ത് നിന്നു, നിശ്ശബ്ദമായി.

അപ്പോൾ എനിക്ക് തോന്നി, ഞാൻ അവളോട് ഒപ്പം തന്നെ ഈ മഴയോടും, ഈ കാറ്റോടും, ഈ നിമിഷത്തോടും ചേർന്നു നിൽക്കുകയാണ്. മഴയായി മാറി അവളിൽ പതിയുന്നതുപോലെ.അത്ര മാത്രം സ്നേഹത്തോടെ,

അന്ന് മുതൽ പിന്നീട് എപ്പോഴെല്ലാം ആകാശം കാർമേഘങ്ങളാൽ ഇരുണ്ടു മൂടുമ്പോഴും, മഴ വരുമെന്ന തോന്നലിൽ കാറ്റ് വീശുമ്പോഴും, എനിക്ക് അറിയാതെ തന്നെ ആ നിമിഷം ഓർമ്മ വരും.ആ നിമിഷം എവിടെയെങ്കിലും, ഇവിടെ അല്ലെങ്കിൽ മറ്റൊരു ലോകത്തു, മറ്റൊരു സമയത്തു, ഞങ്ങൾ രണ്ടുപേരും ഇപ്പോഴും ഒരു കുടക്കുള്ളിൽ മഴയത്തു നിൽക്കുന്നുണ്ടാവുമെന്ന്. മഴയും, കുടയും, ഞങ്ങളും മാത്രം.

ഗോപു മോഹൻ

മഴ നിൽക്കുമ്പോൾ ഓർമ്മയും പതിയെ അകലും. ഞാൻ വീണ്ടും എന്റെ ദിവസങ്ങളിലേക്ക് തിരികെ പോകും. പക്ഷേ അടുത്ത ദിവസം ആകാശം ഒന്നു കറുത്താൽ, കാറ്റിൽ മഴയുടെ ഗന്ധം കലർന്നാൽ, അതെല്ലാം വീണ്ടും തിരികെ വരും.

അത് കൊണ്ടാവാം കാർമേഘം മൂടികെട്ടി കിടക്കുന്ന കാലാവസ്ഥയെ ഞാൻ അത്ര മാത്രം ഞാൻ ഇഷ്ടപ്പെട്ടിരുന്നത്,

ഇത്രയും ഞാൻ പറഞ്ഞത് എന്റെ മനസ്സിൽ ആണോ അതോ ശ്രീദേവിയോട് ആയിരുന്നോ.?

ഓർക്കുന്നില്ല, വാക്കുകൾ എവിടെ നിന്നാണ് പുറപ്പെട്ടതെന്ന് പോലും തിരിച്ചറിയാൻ കഴിയാത്ത അവസ്ഥ.പക്ഷെ അവളുടെ കണ്ണുകൾ നിറഞ്ഞിരുന്നു. അത്ര മാത്രം എനിക്ക് വ്യക്തമായിരുന്നു എന്തുകൊണ്ടാണെന്നും ഞാൻ ചോദിച്ചില്ല,

ഞങ്ങളുടെ ഏറ്റവും പ്രിയപ്പെട്ട നിമിഷം ആലോചിച്ചിട്ട് പോലും അവളുടെ മുഖം എനിക്ക് ഓർമയിൽ വീണ്ടെടുക്കാൻ സാധിച്ചില്ല, ഇനി പറ്റുമെന്നും തോന്നുന്നില്ല, ആ മുഖം ഇപ്പോൾ മനസ്സിന്റെ ഇരുട്ടിൽ എവിടെയോ മറഞ്ഞുപോയിരുന്നു. ഇനി അതിനെ തിരികെ പിടിക്കാനാവുമെന്ന പ്രതീക്ഷ പോലും എനിക്ക് ഉണ്ടായില്ല. ഓർമ്മകൾ തന്നെ എന്നെ ഉപേക്ഷിച്ചുവെന്നൊരു തോന്നൽ.

അപ്പോഴാണ് ഞാൻ ശ്രീദേവിയോട് പറഞ്ഞത്.

"ഇനി നിശ്ചലമായ, ജീവനറ്റ എന്റെ യാസ്മിയുടെ മുഖം എങ്കിലും എനിക്ക് കാണണം."

ആ വാക്കുകൾ പറയുമ്പോൾ ഹൃദയം നുറുങ്ങുകയായിരുന്നു. ആ വേദന പുറത്തേക്ക് വരാതിരിക്കാൻ ഞാൻ പല്ലുകടിച്ചു പിടിച്ചു.

ആ നിമിഷം തന്നെ, അശ്വിന്റെ ഫോൺ മുഴങ്ങി. അപ്രതീക്ഷിതമായ ആ ശബ്ദം നിശ്ശബ്ദതയെ കീറിമുറിച്ചു.

സ്ക്രീനിൽ തെളിഞ്ഞ പേര്, ഷാഹുൽ. ആ ഫോൺ കോൾ, ഞങ്ങളെ എല്ലാവരെയും വീണ്ടും യാഥാർഥ്യത്തിലേക്ക് വലിച്ചിഴച്ചു. ചിലപ്പോൾ ഒരു ഫോൺകോൾ മതിയല്ലോ, മനുഷ്യന്റെ ഉള്ളിലെ അവസാന പ്രതീക്ഷ പോലും ഒടുക്കാൻ, അങ്ങനെ ഒന്നായിരു

ന്നു അത്.

16

ആകോൾ കഴിഞ്ഞിട്ട് അശ്വിൻ കുറച്ച്ച നേരം ഒന്നും പറഞ്ഞില്ല. വാക്കുകൾ അവനിൽ നിന്നു പുറത്തേക്ക് വരാതെ എങ്ങൊ കുടുങ്ങിയതുപോലെ

മുഖത്ത് എന്തോ ഒതുക്കിപ്പിടിച്ചിരിക്കുന്നതുപോലെ, അവന്റെ കണ്ണുകൾ റോഡിലേക്കു നോക്കിയിരുന്നില്ല. നമ്മളിൽ നിന്നെല്ലാം അകലെ, എങ്ങോട്ടോ.

അത് കണ്ടതുകൊണ്ടാകണം, ശ്രീദേവി കാർ പതുക്കെ റോഡിന്റെ അരികിലേക്കു ചേർത്തു നിർത്തി. യാസ്മിയുടെ വീട് ഇനി അധികം ദൂരമില്ല. എത്താറായി. പക്ഷേ,ഈ നിമിഷത്തിൽ എവിടെയേക്കാണ് നമ്മൾ പോകുന്നത്, എന്നുള്ള ചോദ്യം തന്നെയായിരുന്നു കൂടുതൽ ഭാരം..

അശ്വിന്റെ മുഖം നോക്കി ഹരി ശബ്ദം താഴ്ത്തി ചോദിച്ച

“എന്ത് പറ്റി? ഷാഹുൽ എന്താ പറഞ്ഞേ?” അശ്വിൻ മറുപടി പറയാൻ കുറച്ച്നേരം എടുത്തു. കൈവിരലുകളിൽ ചെറിയൊരു വിറയൽ ഉണ്ടായിരുന്നു. ഒടുവിൽ, മുറിഞ്ഞ ശബ്ദത്തിൽ അവൻ പറഞ്ഞു,

“എടാ... ഒരു പ്രശ്നമുണ്ട്.”

കാറിനുള്ളിൽ പെട്ടെന്ന് നിശ്ശബ്ദത പരന്നു. അവന്റെ അടുത്ത വാക്കിനായി എല്ലാവരും കാതോർത്തിരുന്നു. എനിക്ക് മാത്രം അപ്പോൾ ഒരു കൗതുകവും തോന്നിയില്ല. ഇതിനേക്കാൾ വലുതായി ഇനി എന്ത് പ്രശ്നം വരാനാണ് എന്നായിരുന്നു മനസ്സിൽ. അത്രയേ തോന്നിയുള്ളൂ.

അശ്വിൻ പിന്നെ എന്നെ നോക്കി.ആ നോട്ടത്തിൽ ഒളിച്ചിരുന്ന കരുണ എന്നെ ഭയപ്പെടുത്തി.

“എടാ... ഷാഹുൽ അവന്റെ ഉമ്മിയോട് സംസാരിച്ചപ്പോ ഉമ്മി പറഞ്ഞ കാര്യമാണ്...”

ഗോപു മോഹൻ

“ഡോവി. മെഹറിന്റെ മൃതദേഹം പോലും കാണാൻ പറ്റുമെന്നു തോന്നുന്നില്ല...”

ഇത് കേട്ട് എന്റെ ഉള്ളിൽ എന്തോ ഒടിഞ്ഞു നുറുങ്ങി വീണു. ഒരു നിമിഷം ശരീരം മുഴുവൻ തളർന്നു.പിന്നെ അതേ നിമിഷം തന്നെ, പെരുവിരലിൽ നിന്ന് ഒരു ദേഷ്യം കത്തി കയറി വന്നു ആരോടെന്ന് അറിയില്ല. ജീവിതത്തോടാകാം. ഈ ലോകത്തോടാകാം. അല്ലെങ്കിൽ... ഒന്നും ചെയ്യാനാകാത്ത ഈ നിസ്സഹായതയോടാകാം.

ഞാൻ ഏറ്റവും അധികം സ്നേഹിച്ച മുഖം ഒന്ന് ഓർത്തെടുക്കാൻ പോലും ആവാതെ, അവളുടെ മരിച്ച മുഖം എങ്കിലും കാണാമെന്നുള്ള അവസാന പ്രതീക്ഷയിൽ യാത്ര തുടരുന്ന ഞാൻ ഇത് കേട്ടപ്പോൾ തിരിഞ്ഞു അശ്വിനെ ഒന്ന് നോക്കി, ഒരു കൊലകണ്ണോടെ...

അവൻ ബാക്കി പറയാൻ ശ്രമിച്ചു. വാക്കുകൾ ന്യായീകരണമായിപ്പോകാതിരിക്കണമെന്നു നോക്കുന്ന ഒരാളുടെ ശബ്ദത്തിൽ അവൻ പറഞ്ഞു: “എടാ, വേറൊന്നുമല്ല... കാണണമെന്നു വെച്ചാലും നടക്കില്ല. മയ്യത്ത് കാണാൻ കഴിയില്ല.” “ഒരു സ്ത്രീ മരിച്ചാൽ രക്തബന്ധത്തിൽ ഉള്ള പുരുഷന്മാർക്കേ മുഖം കാണാൻ പറ്റൂ. അല്ലാത്തവരെ അനുവദിക്കില്ല. അതിപ്പോ ഒരു പുരുഷൻ മരിച്ചാലും അങ്ങനെ തന്നെയാണ്.”

അശ്വിനെ രൂക്ഷമായി നോക്കി നിന്ന എന്റെ കണ്ണുകൾ പതുക്കെ താഴ്ന്നു. നെഞ്ചിൽ ഒരു കല്ല് കെട്ടിവെച്ചതുപോലെ ശ്വാസം പോലും മുറുകി. അത് കണ്ട ശ്രീദേവി ഒന്നും പറഞ്ഞില്ല. അവൾ എന്റെ കൈയിൽ പതുക്കെ പിടിച്ചു, ഒന്നും മിണ്ടിയില്ല. ഞാൻ കൂടെ ഉണ്ട് എന്നറിയിച്ചുകൊണ്ട്.എനിക്ക് ആ സ്പർശം സഹിക്കാനായില്ല. ഞാൻ അവളുടെ കൈ മെല്ലെ മാറ്റി, തല കുനിച്ച് ഇരുന്നു. എന്നിട്ടും അവൾ പിടി വിട്ടില്ല. എന്ത് ചെയ്യണമെന്ന് അറിയാതെ, എന്റെ തകർച്ചയെ നോക്കി, അവൾ അങ്ങനെ തന്നെ ഇരുന്നിരുന്നു.

അശ്വിനെ ചോദ്യം ചെയ്തുകൊണ്ട് ഹരി പറഞ്ഞു

“എടാ, ഇതാരാ പറഞ്ഞത്? എന്റെ സുഹൃത്തിന്റെ സഹോദരി മരിച്ചപ്പോഴൊന്നും ഇങ്ങനെ ഒന്നും ഞാൻ കണ്ടിട്ടില്ലല്ലോ. വെള്ള വസ്ത്രത്തിൽ പൊതിഞ്ഞു കിടത്തിയ മൃതദേഹം... ആളുകൾ വരുമ്പോൾ മുഖം മാത്രം തുറന്നു കാണിക്കും. അല്ലാതെ ഇങ്ങനെ ഒന്നുമല്ല.”

അശ്വിൻ വിശദീകരിക്കാൻ ശ്രമിച്ചു. അവനും അതിൽ ഉറപ്പില്ലെന്നത് അവന്റെ ശബ്ദത്തിൽ തന്നെ ഉണ്ടായിരുന്നു. “ഞാൻ ഇത് ഷാഹുലിനോട് ചോദിച്ചു. അവന്റെ നാട്ടിലും നീ പറയുന്നതു പോലെ തന്നെയാണ്. പ്രശ്നമൊന്നുമില്ല. പക്ഷേ ആചാരങ്ങളും വിശ്വാസങ്ങളും കർശനമായി വിശ്വസിക്കുന്ന, പിന്തുടരുന്ന കുടുംബങ്ങളിൽ ഇങ്ങനെ തന്നെയാണ്, എന്നാണ് ഉമ്മി പറഞ്ഞത്.”

“അതിപ്പോ നമുക്ക് ഉറപ്പൊന്നുമില്ലല്ലോ... പോയി നോക്കിയാലോ?” ശ്രീ ദേവി എല്ലാവരോടുമായി ചോദിച്ചു.

അവളുടെ വാക്കുകളിൽ പ്രതീക്ഷയുണ്ടായിരുന്നു. അത് കേട്ട് ഹരി എന്നെ നോക്കി ചോദിച്ചു

“ഡേവിഡേ, കാര്യങ്ങൾ ഇങ്ങനെ ആണെങ്കിൽ പോകണോ? പോയാൽ പിന്നെയും നിനക്ക് സങ്കടം കൂടിയേ വരൂ.മെഹറിന്റെ കുടുംബത്തെ നിനക്കു അറിയാല്ലോ, അവർ മതാചാരനിഷ്ഠകളൊക്കെ കൃത്യമായി പാലിക്കുന്നവരാണ്.”

അശ്വിനും അതേ അഭിപ്രായം തന്നെയായിരുന്നു. അത് വേറൊന്നും കൊണ്ടല്ല. ഷാഹുലിന്റെ ഉമ്മി പറഞ്ഞത് പോലെയാണ് കാര്യങ്ങൾ എങ്കിൽ, ഞാൻ അവിടെ ചെന്നു നിയന്ത്രണം വിട്ട് എന്തെങ്കിലും പ്രശ്നമുണ്ടാക്കുമോ എന്നൊരു ചെറിയ ഭീതി അവരുടെ ഉള്ളിൽ ഉണ്ടായിരുന്നു. ആരും അത് തുറന്നു പറഞ്ഞില്ല. പറഞ്ഞാലും പറയാതിരുന്നാലും, ഭയം അവിടെ ഉണ്ടായിരുന്നു.

പക്ഷെ എനിക്ക് കൃത്യവും വ്യക്തവും, ദൃഢവുമായ ഒരു മറുപടി ഉണ്ടായിരുന്നു,

“എനിക്ക് പോണം, എനിക്ക് കാണണം, അതിലിനി കൂടുതൽ സംസാരം ഇല്ല."

ഇത്രയും നാൾ കേട്ട എന്റെ ശബ്ദത്തിനും ഭാവത്തിനും വിഭിന്നമായ ഒരു സ്വരം കേട്ടപ്പോൾ അശ്വിനും ഹരിയും ഒന്നും പറഞ്ഞില്ല. പറയാൻ ഒന്നുമില്ലെന്ന് അവർക്കും മനസ്സിലായിരുന്നു. ശ്രീദേവി വണ്ടി മുന്നോട്ടെടുത്തു.

കാറിനുള്ളിൽ ഇരിക്കുന്ന നാലുപേരുടെയും ചങ്കിടിപ്പ് ഒരേ താളത്തിൽ ലയിച്ചതുപോലെ ഒരു തോന്നൽ. ഹരിക്കും അശ്വിനും മുന്നിൽ ഉണ്ടാകാൻ പോകുന്ന പ്രശ്നങ്ങളെക്കുറിച്ചുള്ള ആശങ്കയായിരുന്നു. ശ്രീദേവിക്ക്, എന്നോടുള്ള, എന്റെ അവസ്ഥ ഓർത്തുള്ള പേടിയും കരുതലും. എനിക്കോ... അറിയില്ല.

എന്റെ മനസ്സിലൂടെ എന്താണ് പോകുന്നതെന്ന് എനിക്കു തന്നെ പിടികിട്ടിയില്ല. എന്നെക്കൊണ്ട് പറ്റുന്നത്രയും ഞാൻ യാസ്മിയുടെ മുഖം ഓർത്തെടുക്കാൻ ശ്രമിച്ചു. പക്ഷേ എങ്ങനെയോ, ആരോ എന്നെ ശപിച്ചപോലെ, അത് എനിക്ക് പറ്റുന്നില്ല. ഓർമ്മയിൽ അവൾ ഉണ്ട്, ശബ്ദമുണ്ട്, സാന്നിധ്യമുണ്ട്പ, പക്ഷേ മുഖം മാത്രം ഇല്ല.

എനിക്ക് അവളുടെ മുഖം കണ്ടേ പറ്റൂ. ഇല്ലെങ്കിൽ എന്റെ മനസ്സ് മരിക്കും, അത് തീർച്ച. ഇനി പിന്നോട്ടില്ല,. എന്തൊക്കെ സംഭവിച്ചാലും യാസ്മിയുടെ മുഖം ഞാൻ ഇന്ന് കണ്ടിരിക്കും. അവളുടെ മുഖം കാണണം എന്നത് ഒരു ആഗ്രഹമല്ല. അതൊരു അവസാന അവകാശമാണ്.

അത് കിട്ടാതെ ഞാൻ തിരിച്ചു പോകില്ല. ജീവിതം പിന്നെയും എന്നോട് എന്ത് ചെയ്യും എന്നെനിക്ക് അറിയില്ല. പക്ഷേ, ഈ യാത്ര ഇവിടെ നിർത്താൻ എനിക്കാവില്ല. വണ്ടി മുന്നോട്ട് പോയിക്കൊണ്ടിരുന്നു. ഞാനും.

യാസ്മി എനിക്ക് തന്ന തട്ടം ഞാൻ വീണ്ടും നെഞ്ചോട് ചേർത്തു പിടിച്ചു. ഞാൻ കണ്ണുകളടച്ചു ഇരുന്നു.

“ഡേവി,”

യാസ്മിയുടെ ശബ്ദം എന്റെ കാതുകളിൽ പതിഞ്ഞ സ്വരത്തിൽ മുഴങ്ങി,ഞാൻ കണ്ണുതുറന്നില്ല. തുറന്നാൽ ശബ്ദം അകന്ന് പോകുമോ എന്നൊരു പേടി,അവസാന പ്രതീക്ഷ എന്നോണം

ഞാൻ ശബ്ദത്തെ പിന്തുടർന്നു.ആ ശബ്ദം എന്നെ കൂട്ടിക്കൊണ്ടു പോയത് ഒരിടത്താണ്.

കോട്ടയം മെഡിക്കൽ കോളേജിന്റെ കാഷ്വാലിറ്റി വാർഡ്.

വെളുത്ത ലൈറ്റുകളും, പച്ച കിടക്ക വിരികളും, മരുന്നിന്റെ കനത്ത ഗന്ധവും നിറഞ്ഞ ഒരിടം.

കണ്ണുകൾ അടച്ചു കൊണ്ട് തന്നെ ശ്രീദേവിയോട് ഈ ഓർമ്മകൾ ഞാൻ സംസാരിച്ചു തുടങ്ങി.

കോളേജിന്റെ അവസാന വർഷമായിരുന്നു അത് ഒരു ദിവസം കടുത്ത പനിയെ തുടർന്നു ക്ലാസിനു ഇടയിൽ തളർന്നു വീണ യാസ്മിയെ തൊട്ട് അടുത്ത് തന്നെയുള്ള മെഡിക്കൽ കോളേജിലെക് കൊണ്ട് പോയെന്ന് അരവിന്ദ് എന്നോട് വന്നു പറഞ്ഞു, ഒന്നും ചോദിക്കാതെ അവനോടൊപ്പം ഹോസ്പിറ്റൽ എത്തിയ ഞാൻ കണ്ടത് അവിടെ ക്യാഷ്വാലിറ്റി വാർഡിൽ മരുന്നിന്റെയും ഡെറ്റോൾ വെള്ളത്തിന്റെയും ഗന്ധത്തിനിടയിൽ ഒരു കട്ടിലിൽ ഡ്രിപ്പ് ഇട്ട് ചുരുണ്ടു കൂടി കിടക്കുന്ന യാസ്മിയെ ആയിരുന്നു,ഞാൻ വന്നത് അവൾ അറിഞ്ഞിരുന്നില്ല. നല്ല ആഴമുള്ള ഉറക്കത്തിലായിരുന്നു. ശരീരം മുഴുവൻ ക്ഷീണിച്ച് പോയതുപോലെ.

നേഴ്സ് വന്ന് ഒരാൾക്കേ കൂടെ നിൽക്കാൻ പറ്റൂ എന്ന് പറഞ്ഞു. യാസ്മിക്കൊപ്പമിരുന്ന പെൺകുട്ടിയെ ഞാൻ നോക്കി ഒന്ന് പുഞ്ചിരിച്ചു. ഒന്നും പറയേണ്ടിവന്നില്ല. അവൾക്ക് മനസ്സിലായി. അവൾ മെല്ലെ പുറത്തേക്കിറങ്ങി.

അടുത്ത് കിടന്നിരുന്ന ഒരു കസേര വലിച്ചിട്ട് ഞാൻ യാസ്മിയുടെ അരികിൽ ഇരുന്നു. അവളെ അങ്ങനെ കണ്ടു ഇരിക്കുമ്പോൾ സമയമെന്ന കാര്യം തന്നെ മറന്നു.തളർന്നു കിടന്നു ഉറക്കമായിരുന്നു പാവം.അങ്ങനെയേ യാസ്മിയെ നോക്കി ഇരുന്നത് ഞാൻ ഓർക്കുന്നു.

പിറന്നുവീണ കുഞ്ഞിനെ പോലെ നിഷ്കളങ്കമായിരുന്നു അവളുടെ മുഖം. എന്റെ യാസ്മി. ഞാൻ മെല്ലെ അവളുടെ നെറ്റിയിൽ കൈ വെച്ച് നോക്കി. നല്ല ചൂടുണ്ട്. പനി ഇനിയും മാറിയിട്ടി

ല്ല. ഡ്രിപ്പ് തീരാൻ സമയം എടുക്കും എന്ന് മനസ്സിലായി.

ഞാൻ അവളെ തന്നെ നോക്കി ഇരുന്നു, അലസമായി കിടന്നിരുന്ന അവളുടെ വസ്ത്രങ്ങൾ നേരെയാക്കി, പിന്നെ സ്നേഹത്തോടെ തലയിൽ ഒന്ന് തലോടി. അവൾ ഒന്ന് അനങ്ങിയതല്ലാതെ ഉണർന്നില്ല.

അപ്പോൾ, ആശുപത്രി കിടക്കയിൽ അവളുടെ അടുത്ത് കിടന്ന് അവളെ എന്റെ മാറോട് ചേർത്ത് പിടിച്ചാൽ എത്ര നന്നായേനെ എന്നെനിക് തോന്നി. ചെയ്യാൻ പറ്റില്ലെന്ന് അറിയാമായിരുന്നു. പക്ഷെ എന്റെ മനസ്സിൽ അവൾ എന്റെ മാറോട് ചേർന്ന് തന്നെ ആയിരുന്നു കിടന്നിരുന്നത്.

അവളെ നോക്കി അങ്ങനെ ഇരിക്കുമ്പോൾ ഞാൻ പലതും ചിന്തിച്ചു.

യാസ്മി എന്റെ ജീവിതത്തിൽ ഉണ്ടായിരുന്നില്ലെങ്കിൽ ഞാൻ എന്ത് ചെയ്യേനെ എന്ന്. ഒരുപക്ഷേ ഒന്നും ചെയ്യില്ലിരിക്കില്ല.സ്നേഹമെന്ന വാക്ക് കേട്ടാൽ പോലും ഒന്ന് പുഞ്ചിരിച്ച് വിട്ടുകളയുന്ന ഒരാളായിരിക്കും ഞാൻ. പ്രണയം എന്നത് ഒരു നേരം തീരുന്ന ആവേശം മാത്രമാണെന്ന് വിശ്വസിക്കുന്ന ഒരാൾ. അങ്ങനെ വിശ്വസിച്ചിരുന്ന എനിക്ക് സ്നേഹമെന്നത് ഇത്രയും ആഴമുള്ളതാണെന്നും, പ്രണയം ഒരു ആവേശമല്ല, ഒരു ഉത്തരവാദിത്വമാണെന്നും മനസിലാക്കി തന്നത് മെഹർ ആണ്. എന്റെ പല തെറ്റിദ്ധാരണകളും അവളോടൊപ്പമാണ് മാറിയത്. ഞാൻ ശരിക്കും ഒരു മനുഷ്യനാകാൻ പഠിച്ചതും അവളിൽ നിന്നാണ്.

ഇത്രയും സ്നേഹം ഒരാളുടെ ഉള്ളിൽ എങ്ങനെയാണ് നിറയുന്നത് എന്ന് എനിക്ക് ഇന്നും പിടികിട്ടിയിട്ടില്ല.ഒന്നും പ്രതീക്ഷിക്കാതെ, ഒന്നും ചോദിക്കാതെ, ഒരാളെ മുഴുവനായി സ്നേഹിക്കാൻ എങ്ങനെയാണ് സാധിക്കുന്നത്. ഇത്രയും സാധുവാകാനും, ഇത്രയും ക്ഷമയോടെ എന്റെ എല്ലാ കുറവുകളെയും സഹിക്കാനും. എന്നെ ഇത്രയും പരിപൂർണ്ണമായി സ്നേഹിക്കാനും സ്വീകരിക്കാനും അവൾക്ക് എങ്ങനെ കഴിഞ്ഞു എന്ന് ഞാൻ പലപ്പോഴും ആലോചിച്ചിട്ടുണ്ട്.

റൂഹ്

അവൾ എന്റെ ജീവിതത്തിലേക്ക് വന്ന വെളിച്ചമായിരുന്നു. ശബ്ദമില്ലാതെ വന്നൊരു വെളിച്ചം. ഇരുട്ടുണ്ടെന്ന് പോലും അറിയാതെ പോയ വെളിച്ചം. എന്റെ മെഹർ.

അവൾ ഉറക്കത്തിൽ നിന്ന് എഴുന്നേൽക്കുമ്പോൾ ദാഹിക്കുമല്ലോ എന്ന് ഓർത്ത് ഞാൻ ഒരു കുപ്പി വെള്ളം വാങ്ങാൻ പുറത്തേക്ക് പോകാൻ എഴുന്നേറ്റു. ഞാൻ പോയ സമയത്ത് അവൾ ഉണർന്നാൽ ഒറ്റയ്ക്കാണെന്ന തോന്നൽ അവൾക്ക് ഉണ്ടാകരുത് എന്നൊരു ചിന്ത അപ്പോൾ തന്നെ മനസ്സിൽ വന്നു. അതുകൊണ്ട് എന്റെ വാച്ച് ഞാൻ അവളുടെ തലയിണയുടെ അരികിലായി ഊരി വെച്ചു. ഞാൻ അവിടെയുണ്ടെന്നു അവൾക്ക് മനസ്സിലാവാൻ വേണ്ടി.

പിന്നെ ഞാൻ പതുക്കെ പുറത്തേക്ക് നടന്നു.അവൾ അപ്പോഴും അതേപടി ഉറങ്ങുകയായിരുന്നു. നെഞ്ച് പതുക്കെ ഉയർന്നു താഴ്ന്നു. വേഗം പോയി വരമെന്നോർത്ത് ഞാൻ നടന്നു,

ഞാൻ നടന്നു നീങ്ങുമ്പോൾ, കാഷ്വാലിറ്റിയുടെ തൊട്ടു പുറത്തു ഒരു വൃദ്ധയെ ഞാൻ കണ്ടു. ഒരു ബെഞ്ചിന്റെ അറ്റത്ത് ഇരുന്ന്, ശരീരം മുഴുവൻ മുന്നോട്ട് ചായിച്ച്, പൊട്ടി കരയുന്ന ഒരു വൃദ്ധ. ആരോടോ പരാതി പറയുന്നതുപോലെയും, ആരോടോ ക്ഷമ ചദിക്കുന്നതുപോലെയും അവരുടെ കരച്ചിലിൽ ഉണ്ടായിരുന്നു.കണ്ണീരിന്റെ മൂലകാരണം ഒരു മരണമാണെന്ന് എനിക്ക് മനസ്സിലായി.മരിച്ചത് ആരായിരിക്കും എന്ന് ഞാൻ ഒന്ന് വെറുതെ ചിന്തിച്ചു. മകനാവാം. ഭർത്താവാവാം. അല്ലെങ്കിൽ ഒരുമിച്ച് വളർന്ന സഹോദരങ്ങൾ ആയിരിക്കാം. ആ കരച്ചിൽ കാണാൻ എനിക്ക് മനക്കട്ടി ഉണ്ടായില്ല. ഞാൻ മുഖം തിരിച്ചു നടന്നു. എന്നിട്ടും, അവർക്കു വേണ്ടി എന്റെ ഉള്ളിൽ നിന്ന് ഒരു തുള്ളി കണ്ണീർ താനേ പുറത്തു വന്നു. ഒന്നും ചെയ്യാൻ കഴിയാത്ത ഒരാൾക്ക് ചെയ്യാൻ കഴിയുന്ന ഏറ്റവും ചെറിയ കാര്യം അതായിരുന്നു. “എല്ലാം ശരിയാകണമേ” എന്ന് ഞാൻ ആശിച്ചു. ആരോടാണ് പറഞ്ഞതെന്ന് എനിക്കുതന്നെ അറിയില്ല.

ഒരു കുപ്പി കുടിവെള്ളം മേടിക്കാൻ ആയി കടയിൽ എത്തുന്ന ത് വരെ എന്റെ മനസ്സിൽ ആ വൃദ്ധയുടെ പൊട്ടിക്കരച്ചിൽ അല യടിച്ചു കൊണ്ടേ ഇരുന്നു, ഒഴിഞ്ഞുപോകാൻ തയ്യാറാകാത്ത ഒരു ശബ്ദം പോലെ.

കടയിൽ എത്തിയപ്പോൾ ഞാൻ മറ്റൊരു കാഴ്ച കണ്ടു. ഒരു ചെറുപ്പക്കാരൻ, അതീവ സന്തോഷത്തോടെ, ആശുപത്രിയിലേ ക്ക് നോക്കി ഫോണിൽ സംസാരിക്കുകയായിരുന്നു. അവന്റെ വാക്കുകളിൽ നിന്നു മനസ്സിലായി, ഇന്ന് അവനൊരു പെൺകു ഞ്ഞ് പിറന്നിരിക്കുന്നു. സംസാരത്തിനിടയിൽ അവന്റെ കണ്ണിൽ നിന്ന് കണ്ണുനീർ വീഴുന്നത് ഞാൻ കണ്ടു, അത് പക്ഷെ ആനന്ദ ത്താൽ ഉള്ളതായിരുന്നു.

അപ്പോഴാണ് ഞാൻ ആലോചിച്ചത്, എന്തൊരു വിചിത്ര മായ ഇടമാണിത്. ഒരേ സമയം, ഒരേ സ്ഥലത്ത്, ഒരാൾ ജീവി തത്തിലേക്ക് കടന്നു വരുന്നു; മറ്റൊരാൾ ജീവിതത്തിൽ നിന്ന് വിടപറയുന്നു. ഇവിടെ പ്രതീക്ഷയും നിരാശയും ഒരേ ശ്വാസം പങ്കിടുന്നു. കണ്ണീരിനും പോലും രണ്ടു അർത്ഥങ്ങൾ ഉണ്ടാകുന്നു. ദൈവത്തെ കെട്ടിപ്പിടിക്കുന്നവരും, ശപിക്കുന്നവരും ഒരേ മതിലു കളുടെ ഉള്ളിൽ നിൽക്കുന്നു.

ഇതൊക്കെ ആലോചിച്ചു വെള്ളക്കുപ്പി കൈയിൽ പിടിച്ച് ഞാൻ തിരിച്ചു നടന്നു. വീണ്ടും ആ വൃദ്ധയെ ഞാൻ കണ്ടു. ഇപ്പോൾ അവർ കരയുന്നില്ല. കണ്ണുനീർ വറ്റിയിരിക്കുന്നു. ശബ്ദ മില്ല. ജീവൻ പോയ ഒരു ശരീരം പോലെ അവൾ നിശ്ചലമായി നിൽക്കുന്നു.

അപ്പോഴാണ് എനിക്ക് തെറ്റിയെന്ന് മനസ്സിലായത്. മരി ച്ചത് മകനോ ഭർത്താവോ സഹോദരങ്ങളോ അല്ല. അവരുടെ അടുത്ത്, ഒരു ചെറിയ മൃതദേഹം. തുണികൊണ്ട് മൂടിയിരിക്കുന്നു. മോർച്ചറിയിലേക്കു മാറ്റാനുള്ള ഒരുക്കങ്ങൾ നടക്കുന്നു.

ഒരു നിമിഷം എന്റെ നെഞ്ച് ഒന്ന് നിലച്ചു പോയി. ശ്വാസം മുട്ടിയതുപോലെ തോന്നി. ആ നിമിഷം എനിക്ക് ഒരേ ഒരു ചിന്ത മാത്രമേ ഉണ്ടായിരുന്നുള്ളൂ, എത്രയും പെട്ടെന്ന് യാസ്മിയുടെ

അടുത്ത് എത്തണം. അവളെ കാണണം. ഇപ്പോൾ തന്നെ.

ഞാൻ വേഗത്തിൽ നടന്നു. ആശുപത്രിയുടെ ഇടനാഴികൾ അന്ന് എനിക്ക് അസഹ്യമായി നീളം കൂടിയതായി തോന്നി. ഓരോ ചുവടും വൈകുന്നതുപോലെ. മനസ്സിൽ വല്ലാത്തൊരു അസ്വസ്ഥത.

അവളുടെ ബെഡിനു സമീപം എത്തിയപ്പോൾ അവൾ ഉണർന്നിരുന്നു.കൈയിൽ എന്റെ വാച്ചും പിടിച്ച ബെഡിൽ ചാരി ഇരിക്കുകയായിരുന്നു..

എന്റെ നെഞ്ചിടിപ്പ് അവൾ കേട്ടിട്ടെന്നോണം, തളർന്ന കണ്ണുകളാൽ അവൾ എന്നെ നോക്കി

"ഡേവി"

അടഞ്ഞ ശബ്ദത്തോടെ എന്നെ വിളിച്ചു,

ആ നിമിഷം എനിക്ക് മറ്റൊന്നും ചെയ്യാൻ തോന്നിയില്ല, ഞാൻ അവളുടെ അടുത്ത ചെന്ന് നെറ്റിയിൽ ഒരു ഉമ്മ കൊടുത്തു, എന്തോ മനസ്സിൽ ഒരു ഭയം തട്ടിയത് പോലെ.

ഞാൻ കസേര വലിച്ചിട്ട് അവളുടെ അരികിൽ ഇരുന്നു. സമയം പിന്നെ എങ്ങോട്ടും പോയില്ല.

അവളുടെ കൈ വെള്ളയിൽ നല്ല ചൂടുണ്ടായിരുന്നു, കൈ കോർത്ത് ഞാൻ അങ്ങനെ ഇരുന്നു, അവൾ മുഖത്തെ തളർച്ച ഒന്നും മറയ്ക്കാൻ ശ്രമിച്ചില്ല. എന്നെ നോക്കി. നോക്കിയപ്പോൾ തന്നെ അവൾക്ക് ആശ്വാസം തോന്നിയെന്ന് എനിക്ക് മനസ്സിലായി, മെല്ലെ പുഞ്ചിരിച്ച കൊണ്ട് പറഞ്ഞു,

"വയ്യടാ.."

"സാരമില്ല, ഇപ്പൊ ഞാൻ ഇല്ലേ കൂടെ."ആശ്വസിപ്പിച്ച കൊണ്ട് ഞാനും പറഞ്ഞു

"പെട്ടെന്ന് നീ തല കറങ്ങി വീണെന്ന് കേട്ടപ്പോൾ ഞാൻ ഒന്ന് പേടിച്ച പോയി, നിന്നോട് ഇന്നലെ ഞാൻ പറഞ്ഞതല്ലേ വയ്യെങ്കിൽ ഇന്ന് ക്ലാസ്സിൽ വരണ്ടെന്ന്" ചെറിയ ശകാര ഭാവത്തോടെ ഞാൻ പറഞ്ഞു.

ഡ്രിപ് ഇട്ടിരുന്ന കൈ കൊണ്ട് തന്നെ എന്റെ കൈയിൽ

മുറുകെ പിടിച്ചു അവൾ പറഞ്ഞു." ക്ലാസ് തീരാൻ ഇനി ദിവസങ്ങൾ അല്ലെ ഉള്ളു. ഞാൻ ഇനി എല്ലാം ആയിട്ട് നാട്ടിൽ പോകുവല്ലേ.. ഒള്ള ദിവസം കൂടെ കളയാൻ വയ്യടാ...അതുകൊണ്ടാ..."

അത് കേട്ടപ്പോൾ എനിക്ക് മറുപടി ഒന്നും ഉണ്ടായില്ല. ശരിയാണോ തെറ്റാണോ എന്നൊന്നും ആ നിമിഷം തോന്നിയില്ല. അവളുടെ കൈ ഞാൻ ഒന്ന് കൂടി മുറുകെ പിടിച്ചു.

"സാരമില്ല പോട്ടെ.. ഇതിപ്പോ ശെരിയായിക്കോളുമെന്നെ, നാളെ വരാൻ നിക്കണ്ട കേട്ടോ, ഞാൻ ഉച്ചക് ഹോസ്റ്റലിലേക് വരാം, ഒരുമിച്ചു ഭക്ഷണം കഴിക്കാം,"

എന്റെ താടിയിൽ നുള്ളിക്കൊണ്ട് അവൾ ചോദിച്ചു,

"പേടിച്ചു പോയോ ഇയ്, ഇങ്ങനെ ആണേൽ ഞാൻ എങ്ങാനും മയ്യത്ത് ആയാല്ലോ.?"

അത് കേട്ട നിമിഷം തന്നെ കാഷ്വാലിറ്റിക്കു മുന്നിൽ ഇരുന്ന ആ വൃദ്ധയുടെ മുഖം എന്റെ മനസ്സിലേക്ക് വന്നു. ഒരു നിമിഷം നെഞ്ച് മുറുകി. എനിക്ക് വല്ലാതെ അസ്വസ്ഥത തോന്നി.

"വേണ്ടാത്ത കാര്യങ്ങൾ ഒക്കെ ഇപ്പോൾ പറയണോ?" ഞാൻ അല്പം കടുപ്പത്തിൽ പറഞ്ഞു.

പനിയുടെ തളർച്ചയൊക്കെ ചെറുതായി മാറിയെന്ന പോൽ ഒരു കുസൃതി ചോദ്യം പോലെ ഒരു ചോദ്യം കൂടെ എന്നോട് ചോദിച്ചു,

"എടാ,. നമ്മളിൽ ആരായിരിക്കും ആദ്യം മരിച്ചു പോണേ.."

"എന്താ ഇപ്പോ ഇങ്ങനെ ചോദിയ്ക്കാൻ.? " ഞാൻ ചോദിച്ചു

"അവൾ കുറച്ചു നേരം മൗനത്തിലിരുന്നു. പിന്നെ ഉള്ളിൽ നിന്ന് തട്ടി പറയുന്ന പോലെ പറഞ്ഞു.

"എനിക്ക് ഉണ്ടല്ലോ... ഇന്റെ കൂടെ ഒരുപാട് കാലം ഒരുമിച്ച് ജീവിക്കണം. പക്ഷേ മരിക്കേണ്ടി വന്നാൽ ആദ്യം ഞാൻ ആയിരിക്കണം. ആ ഒരു കാര്യത്തിൽ മാത്രം ഞാൻ സ്വാർത്ഥ ആണ്."

യാസ്മി കണ്ണുകൾ എന്നിലേക്കു ഉയർത്തി.

"അത്രയും നാൾ ഒരുമിച്ച് ഉണ്ടായിട്ട് പിന്നീട് നീ ഇല്ലാതെ തനിച്ചൊരു ജീവിതം എനിക്ക് ചിന്തിക്കാൻ പോലും പറ്റൂല്ല,ആ

വേദന എനിക്ക് താങ്ങാൻ പറ്റൂല്ല»

ഞാൻ ഒന്നും മിണ്ടിയില്ല അവൾ പറയുന്നത് സ്നേഹത്തോടെ ഞാൻ കേട്ടിരുന്നു. തടസ്സപ്പെടുത്താൻ തോന്നിയില്ല.

“എനിക്ക് മരിക്കുന്ന വരെ മതിയാവോളം സ്നേഹിക്കണം,” അവൾ തുടർന്നു. “ഇയ് എന്നും ഇപ്പോഴും എന്റെ കൂടെ ഉണ്ടാവണം. ആ കരുതലിൽ വേണം എനിക്ക് മരിക്കാൻ.”

ഇത്രയും പറഞ്ഞിട്ട് അവൾ എന്നെ നോക്കി. നിഷ്കളങ്കമായ ഒരു ചിരി.

അപ്പോൾ എനിക്ക് തോന്നി മരണം പേടിപ്പിക്കുന്നതല്ല. മരണത്തെക്കുറിച്ച് ഇങ്ങനെ സ്നേഹത്തോടെ പറയാൻ കഴിയുന്നതാണ് പേടിപ്പിക്കുന്നത്.

“പക്ഷേ എനിക്ക് നേരെ തിരിച്ചാ...”

ഞാൻ പറഞ്ഞു.

“അതെന്തേ?”

അവൾ കൗതുകത്തോടെ ചോദിച്ചു.

“എനിക്ക് അവസാനം മരിച്ചാൽ മതി,” ഞാൻ പറഞ്ഞു. “നിന്റെ അവസാന ശ്വാസത്തിലും എനിക്ക് നിന്റെ ഒപ്പം ഉണ്ടാവണം. നിന്നെ ഒറ്റക്കാക്കില്ല. ഇങ്ങനെ തന്നെയായിരിക്കണം അപ്പോഴും, കൈ കോർത്ത് പിടിച്ചു.”

അവൾ ഒന്നും പറഞ്ഞില്ല. ഞാൻ തുടർന്നു.

“നീ ഈ ലോകം വിട്ടു പോയിക്കഴിഞ്ഞാൽ, നമ്മുടെ കട്ടിലിൽ എനിക്ക് വീണ്ടും കിടക്കണം, ഒറ്റക്ക്.നിന്റെ കുപ്പായങ്ങൾ മുഖത്തോട് ചേർത്ത് പിടിക്കണം. നമ്മൾ ഒരുമിച്ച് പോയ വഴികളിലൂടെയൊക്കെ എനിക്ക് വീണ്ടും പോണം. നമ്മുടെ വണ്ടിയിൽ, നീ ഇരുന്ന സീറ്റു നോക്കി.”

ഞാൻ ഒരു നിമിഷം മിണ്ടാതിരുന്നു. പിന്നെ പറഞ്ഞു.

“നീയില്ലാത്ത ആ ഒറ്റപ്പെടലും വേദനയും എനിക്ക് അറിയണം. അത് സഹിക്കണം. ഓരോ രാത്രിയിലും ഒറ്റക്ക് ഇരുന്ന് കരയണം. എന്നിട്ട്... എന്നിട്ട് എനിക്ക് മരിച്ചാൽ മതി.”

അവൾ എന്റെ കൈ മുറുകെ പിടിച്ചു. ഞാൻ അവളെ

നോക്കാതെ തന്നെ പറഞ്ഞു.

"നീ ഇല്ലാതെ ഞാൻ പൂർണമാവില്ലെന്ന തിരിച്ചറിവ് എനിക്ക് എന്നും വേണം. എല്ലാ ദിവസവും നിനക്കു വേണ്ടി ഒരു തുള്ളി കണ്ണീർ പൊഴിക്കണം. നിന്റെ മുഖം എന്റെ മനസ്സിൽ മായാതെ അങ്ങനെ തന്നെ കിടക്കണം. "ഞാൻ നിന്നെ അങ്ങനെയാണ് സ്നേഹിക്കുന്നത് എന്റെ മെഹറെ.. അവസാനം വരെ, ജീവൻ പകുത്തുകൊണ്ട്.

ഒടുവിൽ പ്രായമായി നീ മരിക്കുമ്പോഴും, നീ പുഞ്ചിരിച്ചേ മരിക്കാവൂ.

എന്നെ കെട്ടിപ്പിടിച്ചു,നിനക്ക് ഇഷ്ടമുള്ള പാട്ട് കേട്ട്, ഇഷ്ടമുള്ള ഭക്ഷണം കഴിച്ച്, നിന്റെ കാൽ ഞാൻ തിരുമ്മിക്കൊണ്ട്... അങ്ങനെ.

മരണം പോലും. നമ്മുടെ പ്രണയത്തെ നോക്കി അസൂയപ്പെടണം."

എന്റെ വാക്കുകൾ കേട്ടപ്പോൾ യാസ്മിയുടെ കണ്ണുകൾ നിറഞ്ഞു. പക്ഷേ അവൾ കരഞ്ഞില്ല. മുഖത്ത് ഒരു ചെറിയ പുഞ്ചിരി വന്നു. ഡ്രിപ്പ് ഇനിയും പാതി മാത്രമേ ഇറങ്ങിയിട്ടുണ്ടായിരുന്നുള്ളു, പക്ഷേ അവളുടെ പനി, അത്രയ്ക്ക് അവളെ പിഴിഞ്ഞിരുന്ന വേദന, കുറഞ്ഞത് പോലെ എനിക്ക് തോന്നി. അത് എന്റെ തോന്നലായിരുന്നോ, സത്യമാണോ എന്നെനിക്ക് അറിയില്ല,

അന്നെനിക് ഒരു കാര്യം മനസിലായി,

ചിലപ്പോഴൊക്കെ സ്നേഹത്തിനും മരുന്നിന്റെ ഗുണമുണ്ടെന്ന്. ഗുളികയായി കഴിക്കാവുന്ന മരുന്നല്ല അത്. ഡ്രിപ്പിലൂടെ ശരീരത്തിലേക്ക് പോകുന്നതുമല്ല. ഒരാൾ മറ്റൊരാളുടെ കൈ പിടിച്ചു ഇരിക്കുമ്പോൾ,അല്ലെങ്കിൽ സ്നേഹത്തോടെ സംസാരിക്കുമ്പോൾ, അല്ലെങ്കിൽ ഒന്നും പറയാതെ ഒപ്പം ഇരിക്കുമ്പോൾ, അത് മെല്ലെ ഫലം ചെയ്യുന്നു.

കുറച്ച് ഉഷാറായതുപോലെ യാസ്മി ആശുപത്രി കട്ടിലിൽ ചംപ്രം പടിഞ്ഞിരുന്നു. മുഖത്ത് ക്ഷീണം ഉണ്ടായിരുന്നു, പക്ഷേ കണ്ണുകളിൽ പഴയ കുസൃതി തന്നെയായിരുന്നു. അവൾ എന്നെ

നോക്കി, ഒന്ന് ചിരിച്ചുകൊണ്ട് പറഞ്ഞു,

“പക്ഷെ ഉണ്ടല്ലോ... നമ്മളിൽ ആദ്യം ഞാൻ ആണ് മരിക്കുന്നതെങ്കിൽ ... സ്വർഗത്തിലേക്കു പോകുന്നതിന് മുമ്പേ എന്റെ റൂഹ് അന്നെ ഇവിടെ വന്നു നിന്നെ കണ്ടിട്ടേ പോവൂ. ഇൻഷാ അല്ലാഹ്.”

“റൂഹോ?” ഞാൻ ചോദിച്ചു. “അതെന്നാ?”

അവൾ വീണ്ടും ചിരിച്ചു.

“മൊയന്തേ... എന്റെ ആത്മാവ്.”

“അപ്പൊ നീയാണെന്ന് ഞാൻ എങ്ങനെ തിരിച്ചറിയും?” ഞാൻ ചോദിച്ചു.

അവൾ കുറച്ച് നേരം എന്നെ തന്നെ നോക്കി. പിന്നെ വലിയ വിശദീകരണമൊന്നുമില്ലാതെ പറഞ്ഞു,

“അതൊക്കെ ഇയ് അപ്പൊ അറിഞ്ഞോളും കേട്ടോ.”

ഇത്രയും പറഞ്ഞിട്ട് അവൾ പുഞ്ചിരിച്ചു. ആ പുഞ്ചിരിയിൽ ഒരു ഉറപ്പുണ്ടായിരുന്നു. കടലോളം സ്നേഹവും ഉണ്ടായിരുന്നു

ആ ഓർമ്മ അവിടെ നിന്നു. പിന്നെ അത് മങ്ങി തുടങ്ങി. എവിടെയോ എന്തോ, അവളുടെ മുഖം എന്റെ മനസ്സിൽ തെളിയുന്നതുപോലെ തോന്നി. പക്ഷെ എന്തോ ഒരു മറവ്. എത്ര ശ്രമിച്ചിട്ടും ആ മുഖം വ്യക്തമായില്ല. ഇല്ല... കഴിയുന്നില്ല. തോന്നൽ മാത്രമായി അവസാന ശ്രമവും ഒടുങ്ങി.

“ഡേവി...എടാ. ഡേവിഡേ. “

ഹരിയുടെ കനത്ത ശബ്ദം കേട്ടാണ് ഞാൻ കണ്ണ് തുറന്നതു, കാറിനുള്ളിൽ ഒരു അസ്വസ്ഥമായ നിശ്ശബ്ദത ഉണ്ടായിരുന്നു. ആരും ഒന്നും പറയുന്നില്ല. എല്ലാവരുടെയും കണ്ണുകൾ എന്നിലായിരുന്നു. കരുണയോടെ. പറയേണ്ടത് പറയാൻ വാക്കുകളില്ലാത്തവരുടെ നോട്ടം.

ശ്രീദേവി എന്റെ തോളിൽ കൈ വെച്ചുകൊണ്ട് പറഞ്ഞു

“ഡേവിഡ്, നമ്മൾ എത്തി “

ഞാൻ കാറിനു പുറത്തേക്ക് നോക്കി,

ഒരു ആൾക്കൂട്ടം, അതെ, എത്തിയിരിക്കുന്നു, ഒടുവിൽ യാസ്മി

യുടെ അരികിൽ എത്തിയിരിക്കുന്നു.

17

ഞാൻ മെല്ലെ കാറിനു പുറത്തേക്ക് ഇറങ്ങി, പക്ഷെ നെഞ്ചിലെ ഭാരം കാരണം നടക്കാൻ പറ്റുന്നുണ്ടായിരുന്നില്ല,ഓരോ അടി മുന്നോട് വെക്കുമ്പോഴും ശരീരത്തിൽ നിന്ന് എന്തൊക്കെയോ പൊഴിഞ്ഞു പോവുന്നത് പോലെ തോന്നി, എല്ലാം ഒരു മങ്ങലോടെ മാത്രം കാണാൻ പറ്റുന്നു. കലങ്ങിയത് കണ്ണ് മാത്രം അല്ലല്ലോ, എന്റെ ജീവനും കൂടെയല്ലേ, ഞാൻ വീണ്ടും മെല്ലെ മുന്നോട്ട് നടന്നു. പിറകെ എന്റെ സുഹൃത്തുക്കളും ഉണ്ടായിരുന്നു.

അവിടമാകെ കർപ്പൂരത്തിന്റെ ഗന്ധം നിറഞ്ഞുനിന്നിരുന്നു.

അങ്ങനെ, അവസാനം ഞാൻ എത്തിചേർന്നിരിക്കുന്നു. അവസാനമായി ഒന്ന് കാണാൻ. അവസാനമായി യാത്ര പറയാൻ.ആ മുഖം ഇനി എന്നും എന്റെ ഓർമയിൽ സൂക്ഷിക്കാൻ. ഇതൊക്കെ ഓർത്തുകൊണ്ട് നടക്കുമ്പോൾ പെട്ടെന്ന് നെഞ്ചിൽ ആണി തറഞ്ഞതുപോലെ വേദനയോടെ ഞാൻ മുന്നിലുള്ള വീട്ടുമതിലിൽ പിടിച്ചു നിന്നു. ശ്രീദേവിയും ഹരിയും എന്റെ അരികിൽ നിന്നു. അശ്വിൻ മാത്രം മെല്ലെ വീടിനകത്തേക്ക് കയറി. അവിടെ ഷാഹുലും അരവിന്ദും അതേ സമയം എത്തി ച്ചേർന്നിരുന്നു

നെഞ്ചിടിപ്പ് ഏറി ഏറി വരുന്നു. ഇല്ല, എനിക്കിവിടെ നിൽക്കാൻ കഴിയുന്നില്ല. പൊള്ളുന്നതുപോലെ തോന്നുന്നു. എന്നിട്ടും താങ്ങായി ശ്രീദേവി കൂടെ തന്നെയുണ്ട്. അതാണ് എന്നെ കൂടുതൽ തളർത്തിയത്. എനിക്ക് അവളോട് ദേഷ്യം വന്നു. എന്തിനാണ് ഈ തകർന്നുനിൽക്കുന്ന മനുഷ്യനെ ഇങ്ങനെ താങ്ങുന്നത്. സ്വന്തം കാര്യം നോക്കിക്കൂടേ. എന്തിനാണ് എന്റെ തകർച്ചയിൽ പങ്കുചേർന്ന് കണ്ണീരൊഴുക്കുന്നത്. അവളുടെ കണ്ണീർ എന്തിനാണ് എന്നെ ഇങ്ങനെ വേദനിപ്പിക്കുന്നത്. അതേസ

മയം ഹരി ഒരു വേവലാതിയോടെ വീടിനകത്തേക്ക് നോക്കി നിന്നു. അപ്പോഴേക്കും ഷാഹുലും അരവിന്ദും അശ്വിനും ഞങ്ങളുടെ അടുത്തേക്ക് എത്തിയിരുന്നു. എല്ലാവരുടെയും കണ്ണുകൾ ഈറ നണിഞ്ഞിരുന്നു. മുഖങ്ങളിൽ ഒരേ നിരാശ. അശ്വിൻ ഹരിയെ നിസ്സഹായതയോടെ നോക്കുന്നത് ഞാൻ കണ്ടു.

ഷാഹുൽ മെല്ലെ എന്റെ അരികിലേക്ക് വന്നു, പിന്നെ ഒന്നും പറയാതെ തന്നെ ഞങ്ങൾ വന്ന കാറിന്റെ അരികി ലേക്ക് എന്നെ നടത്തിക്കൊണ്ടുപോയി. അവിടെ എത്തിയ ശേഷം അവൻ ശബ്ദം താഴ്ത്തി പറഞ്ഞു, “എടാ, ഉമ്മി പറഞ്ഞ ത് പോലെ തന്നെയാ ഇവിടെ. നിനക്കു കാണാൻ കഴിയില്ല. സ്ത്രീകൾക്കും പിന്നെ രക്തബന്ധത്തിൽ ഉള്ള പുരുഷന്മാർക്ക് മാത്രമേ കാണാൻ കഴിയൂ.” അവൻ അങ്ങനെ പറയുമ്പോൾ തന്നെ എന്റെ തോളിലെ അവന്റെ പിടി മുറുകുന്നത് ഞാൻ അറിഞ്ഞു. കൈവിട്ട് വഴുതി പോവാതിരിക്കാൻ എന്നോണം. എന്റെ കണ്ണുകൾ രക്തരൂക്ഷിതമായി. ഞാൻ ഷാഹുലിന്റെ കൈ തട്ടി മാറ്റി. മൂർച്ചയേറിയ ശബ്ദത്തിൽ പറഞ്ഞു,

“എനിക്ക് കാണണം. കാണാതെ ഞാൻ പോവില്ല.”

“ഡേവിഡ് എടാ, ഇവിടുത്തെ അവസ്ഥയും ഒന്ന് നോക്കണ്ടേ നമുക്ക്?” ഹരി ചോദിച്ചു. അവന്റെ ശബ്ദത്തിൽ ഒരു അപേക്ഷ യുണ്ടായിരുന്നു, പേടിയും. പക്ഷേ എനിക്കൊന്നും കേൾക്കാൻ തോന്നിയില്ല. “എനിക്കൊന്നും അറിയണ്ട. എനിക്ക് കണ്ടേ പറ്റൂ,” വീണ്ടും കടുപ്പിച്ചു ഞാൻ പറഞ്ഞു. “എങ്ങനെ കാണാനാണ് നീ പറയുന്നത്?” ഹരി ചോദിച്ചപ്പോൾ എനിക്ക് മറുപടി ഒന്നുമില്ലാ യിരുന്നു. “ഞാൻ കാണും,” എന്നൊരു വാക്ക് മാത്രം. ഞങ്ങൾ നിൽക്കുന്നിടത്തെ അന്തരീക്ഷം കലുഷിതമാകുന്നതും, ആളുകൾ ഞങ്ങളെ ശ്രദ്ധിക്കുന്നതും എനിക്ക് മനസ്സിലായി. അതുവരെയും മിണ്ടാതിരുന്ന അരവിന്ദ് അപ്പോൾ മുന്നോട്ട് വന്നു. അവന്റെ ശബ്ദത്തിൽ ഒരു ശകാരഭാവത്തിൽ ഉള്ള കരുതൽ ഉണ്ടായിരു ന്നു.

“ഡേവിഡ്, മെഹർ നിന്റെ കാമുകി ആയിരുന്നിരിക്കാം.

അത് പണ്ടായിരുന്നു. ഇപ്പോൾ അവൾ മറ്റൊരാളുടെ ഭാര്യയാണ്. ഒരു കുഞ്ഞിന്റെ അമ്മ. നിന്നെ പോലെ തന്നെ അവർക്കും അവൾക്ക് നല്ലൊരു യാത്ര അയപ്പ് കൊടുക്കണമെന്നുണ്ടാവും. അവരും നിന്നെ പോലെ തന്നെ നെഞ്ചുരുകി, ഇനി മുന്നോട്ട് എന്ത് എന്ന ശൂന്യതയിൽ തന്നെയാകും നിൽക്കുന്നത്. അങ്ങനെയുള്ള സമയത്ത് നീ ഇങ്ങനെ വാശിപിടിച്ച് അലമ്പാക്കരുത്. അവൾ സമാധാനമായി പോകട്ടെടാ. നീ ഒന്ന് അടങ്ങ്. ആരെയും ബുദ്ധിമുട്ടിക്കാതെ."

അരവിന്ദിന്റെ വാക്കുകൾ എന്റെ മനസ്സിനെ വീണ്ടും പൊട്ടിച്ചെറിഞ്ഞു. അവനു എന്തറിയാം എന്റെ മനസ്സിലൂടെ ഇപ്പോൾ അലയടിക്കുന്ന വികാരങ്ങൾ. അവസാനമായി ഒന്ന് കാണണമെന്ന ആഗ്രഹം മാത്രമല്ല ഇത്. ആദ്യമായി കാണുന്നതു പോലെയാണ് എനിക്ക് ഇപ്പോൾ എന്റെ യാസ്മിയുടെ മുഖം. കുറച്ച് സമയം കഴിഞ്ഞാൽ അവൾ മണ്ണിൽ അലിഞ്ഞു ചേരാൻ തുടങ്ങും. പക്ഷേ എത്ര ശ്രമിച്ചിട്ടും, ആരുടെയോ ശാപം പോലെ ആ മുഖം മറന്നുപോയ എനിക്ക്, എന്റെ മാനസിക നില ഒന്ന് വീണ്ടെടുക്കാനും, എന്നോട് തന്നെ ക്ഷമിക്കാനും ഉള്ള അവസാന അവസരമാണ് ഇത്. പക്ഷേ എന്തൊരു വിരോധാഭാസമാണിത്. എന്റെ മുന്നിൽ യാസ്മിയെ വെള്ള പുതച്ചു കിടത്തിയിരിക്കുന്നു. അവൾ അവിടെ തന്നെയുണ്ട്. എന്നിട്ടും എനിക്ക് കാണാൻ കഴിയില്ല. എനിക്ക് ആ മുഖം നിഷേധമാണ്.

അവളോടുള്ള എന്റെ ആത്മാർത്ഥമായ പ്രണയം ജാതിയുടെയും മതത്തിന്റെയും പേരിൽ എനിക്ക് നിഷേധിക്കപ്പെട്ടു. അന്ന് അത് ജീവിതമായിരുന്നു. ഇന്ന് ഇതാ മരണം തന്നെ ആ നിഷേധം പൂർത്തിയാക്കുന്നു. ആ മുഖം ഒരു നോക്ക് കാണാൻ പോലും എനിക്ക് കഴിയില്ല പോലും.

ഞാൻ എല്ലാവരെയും തട്ടി മാറ്റി, ഹരിയുടെ കയ്യിലുണ്ടായിരുന്ന താക്കോൽ പിടിച്ചെടുത്തു ഡ്രൈവിംഗ് സീറ്റിലേക്ക് കയറി. "ഡേവിഡ്, നിക്ക്..." ശ്രീദേവി എന്നെ തടയാൻ ശ്രമിച്ചു. ഞാൻ അവളുടെ മുഖത്തേക്കു നോക്കിയില്ല. വണ്ടി സ്റ്റാർട്ട് ചെയ്തു വേഗ

ത്തിൽ മുന്നോട്ട് പാഞ്ഞു. ആ നിമിഷം ഞാൻ സ്വാർത്ഥനായിരുന്നു. മറ്റാരെയും കുറിച്ച് ഞാൻ ചിന്തിച്ചില്ല. സാഹചര്യം, പരിസരം, ആരുടെയെങ്കിലും വേദന.ഒന്നും.

ഞാൻ എന്റെ മാത്രം ദുഃഖത്തിൽ മുങ്ങിയിരുന്നു. അതല്ലാതെ മറ്റൊന്നും കാണാനായില്ല, ചിന്തിക്കാനും പറ്റിയില്ല. സ്പീഡോമീറ്ററിൽ സൂചി നൂറ് കടന്നു. കാറ്റിനെ കീറി മുറിച്ചുകൊണ്ട് ഞാൻ പറന്നു. എങ്ങോട്ട് എന്നറിയില്ല. എന്തിനെന്ന് അറിയില്ല. ഒടുവിൽ ആളും അനക്കവും ഇല്ലാത്തൊരു റോഡിൽ ഞാൻ വണ്ടി പൊടുന്നനെ നിർത്തി. സ്റ്റീറിങ്ങിൽ നിന്ന് കൈ എടുക്കാൻ പറ്റിയില്ല. കണ്ണാടിയിൽ ഞാൻ എന്നെ തന്നെ നോക്കി. പിന്നെ നീണ്ടു കിടക്കുന്ന വിജനമായ റോഡിലേക്കും. കാറിനുള്ളിൽ ഇരുന്ന് ഞാൻ അലറി കരഞ്ഞു. ശ്വാസകോശങ്ങൾ പൊട്ടുമാറാവുന്ന വിധം.

അവൾ മരിച്ചു പോയി. ഈ യാഥാർത്ഥ്യം ഇപ്പോഴാണ് ശരിക്കും എന്നെ തൊട്ടത്. ഇവിടെ വരെ വന്നത് ഞാൻ അവൾക്കുവേണ്ടിയല്ല, എനിക്ക് വേണ്ടിയാണ് എന്ന ബോധം അപ്പോഴാണ് വന്നത്. അവൾ മരിച്ചു എന്ന സത്യം ഞാൻ വിശ്വസിച്ചിരുന്നില്ല. വീട്ടിലെത്തുന്നതുവരെ. ഇപ്പോൾ ഈ ലോകത്ത് അവളില്ല. ഇപ്പോഴാണ് ഞാൻ അത് ഉൾക്കൊള്ളുന്നത്. ഒരാളെ അത്രമേൽ സ്നേഹിച്ചാൽ, അയാളുടെ മരണം എങ്ങനെയാണ് ഒരാൾ അംഗീകരിക്കുന്നത്. അയാൾ നമ്മുടെ കൂടെയില്ലെങ്കിലും ലോകത്തിന്റെ ഏതെങ്കിലും ഒരു കോണിൽ സന്തോഷത്തോടെ ജീവിച്ചിരിക്കുന്നു എന്നൊരു ആശ്വാസം പോലും ഇനി എനിക്ക് ചിന്തിക്കാൻ പറ്റുന്നില്ല. അതിനി സത്യമാവില്ല.

ഞാൻ എന്റെ ദുഃഖം പൊട്ടി കരഞ്ഞു തീർക്കാൻ ശ്രമിച്ചു. പക്ഷേ അത് കണ്ണീരിന് കണക്ക് എടുക്കാൻ പറ്റുന്ന ദുഃഖമായിരുന്നില്ല. കണ്ണുകൾ ചുവന്നു കത്തുമ്പോഴും ഉള്ളിൽ എന്തോ അവശേഷിച്ചു. എന്നെ തേടി ഷാഹുലിന്റെ കാറിൽ എല്ലാവരും വരുന്നതും ഞാൻ കണ്ണാടിയിലൂടെ കണ്ടു. ഞാൻ കണ്ണുനീർ തുടച്ചു. പിന്നെ മെല്ലെ വണ്ടി തിരിച്ചു. സാധാരണ വേഗത്തിൽ ഞാൻ

മുന്നോട്ട് നീങ്ങി. അവർ എതിരേ വന്നപ്പോൾ വണ്ടി ഓടിച്ചിരുന്ന ഷാഹുലിനെ ഞാൻ ഒന്ന് നോക്കി. ആ നോട്ടം അവനു മനസ്സി ലായെന്നോണം അവനും വണ്ടി തിരിച്ചു എന്റെ പിന്നാലെ വന്നു.

എന്നിട്ടും എന്റെ മനസ്സിൽ ഒരു തീരുമാനം കല്ലുപോലെ കിടന്നിരുന്നു. ഞങ്ങൾ വീണ്ടും അവിടെ തന്നെ എത്തി. ഞാൻ മെല്ലെ വണ്ടിയിൽ നിന്നിറങ്ങി. സുഹൃത്തുക്കൾ കാറിൽ നിന്നി റങ്ങുന്നതിനു മുമ്പേ ഞാൻ വീടിനകത്തേക്ക് നടന്നു. പിന്നിൽ നിന്നുള്ള വിളികൾ എനിക്ക് കേൾക്കാമായിരുന്നു. ഞാൻ ചെവി കൊടുത്തില്ല. അകത്തേക്ക് കയറുമ്പോൾ കർപ്പൂരത്തിന്റെ ഗന്ധം എന്നെ തലോടിക്കൊണ്ട് നീങ്ങി. ഞാൻ എന്താണ് ചെയ്യാൻ പോകുന്നതെന്നറിയാതെ, മാനസിക സമ്മർദ്ദത്തിൽ നിൽക്കുന്ന ശ്രീദേവിയെയും അരവിന്ദിനെയും ഞാൻ കണ്ടു. അവരുടെ നെഞ്ചിടിപ്പ് വരെ എനിക്ക് കേൾക്കുന്നുണ്ടായിരു ന്നു. ഹരിയും അശ്വിനും എന്റെ പിറകിൽ തന്നെയുണ്ടായിരുന്നു. ഷാഹുൽ തനിക്കു പരിചയമുള്ള ഒരാളെ കണ്ടു അവിടെ നിൽന്നു സംസാരിച്ചു. എന്തെങ്കിലും പ്രശ്നമുണ്ടായാൽ സഹായിക്കാൻ ഒരാൾ എങ്കിലും അവിടെ വേണമെന്ന കരുതലാവണം.

എന്റെ മനസ്സിൽ ഒരൊറ്റ കാര്യമേ ഉണ്ടായിരുന്നുള്ളൂ. തൂ ക്കിലേറ്റാൻ വിധിക്കപ്പെട്ട തടവുകാരന്റെ അവസാനത്തെ ആഗ്രഹം പോലെ. ഒരു നോക്ക് കാണണം. അത്ര മാത്രം. വേറൊന്നും വേണ്ട. ആരോടും പരാതിയില്ല, പരിഭവമില്ല. ഒരൊറ്റ നോക്ക്. അതിന് വേണ്ടി ഈ കൂടിനിൽക്കുന്ന എല്ലാവരുമായും ഒരു സംഘർഷം വേണ്ടിവരുമോ എന്ന ചിന്ത എന്നെ ഭയപ്പെടു ത്തി. അതോ യാസ്മിയുടെ മാതാപിതാക്കളുടെയും ഭർത്താവിന്റെ യും കാലുപിടിച്ചെങ്കിലും ഒരു നോക്ക് കാണാൻ സാധിക്കുമോ. ഞാൻ ആരോടാണ് അനുവാദം ചോദിക്കേണ്ടത്, മരിച്ചു കിടക്കു ന്ന എന്റെ പ്രിയപ്പെട്ട ഒരാളുടെ മുഖം കാണാൻ. ചോദിച്ചാലും ഇവർ അതിന് സമ്മതിക്കില്ലെന്നുറപ്പും എനിക്ക് ഉണ്ടായിരു ന്നു. എന്ത് ചെയ്യണമെന്ന് അറിയാതെ ഞാൻ ഉള്ളിൽ തന്നെ കുഴഞ്ഞു. പത്തടി കൂടി മുന്നോട്ട് വെച്ചാൽ വീടിന്റെ ഉമ്മറമാവും.

പലരും എന്നെ ശ്രദ്ധിക്കുന്നുണ്ടെന്ന് എനിക്ക് വ്യക്തമായി മനസിലായി. അരവിന്ദിന്റെ ശകാരവാക്കുകൾ എന്റെ മനസ്സിൽ ഇടിച്ച തിരിഞ്ഞുകൊണ്ടേയിരുന്നു.

എന്റെ മുന്നിൽ രണ്ട് വഴികളാണ് ഉണ്ടായിരുന്നത്.

ഒന്ന്, ഒന്നും മിണ്ടാതെ ആ മുഖം ഒരിക്കലും കാണാൻ കഴിയാതെ, ഒരു പ്രശ്നവും ഉണ്ടാക്കാതെ ഇവിടെ നിന്ന് തിരിഞ്ഞു നടക്കുക. രണ്ട്, ആരൊക്കെ തടഞ്ഞാലും ഇല്ലെങ്കിലും, എന്ത് പ്രശ്നം ഉണ്ടായാലും, ആരെന്തു വിചാരിച്ചാലും, അവളെ കണ്ടിട്ടേ ഞാൻ പോവൂ എന്ന തീരുമാനം എടുക്കുക. ഒന്ന് നിസ്വാർത്ഥതയുടെ വഴി. രണ്ടാമത് എന്റെ മാനസിക നിലനില്പിന്റെ വഴി. ഒരു നിമിഷം ഞാൻ നിശ്ചലമായി നിന്നു. ഞാൻ തീരുമാനിച്ച ഏതു തിരഞ്ഞെടുക്കണമെന്ന്.

അത് രണ്ടാമത്തെ വഴിയായിരുന്നു.

രണ്ടും കൽപ്പിച്ച ഞാൻ മുന്നോട്ട് രണ്ടടി കൂടി വെച്ചു. കണ്ണുകളും നെഞ്ചും ഒരുപോലെ വെന്തു പൊള്ളുന്നുണ്ടായിരുന്നു. എന്റെ അവസ്ഥ പറഞ്ഞാൽ ആർക്കും ഒന്നും മനസിലാവില്ലെന്ന് എനിക്ക് അറിയാമായിരുന്നു. ആരോടും പറഞ്ഞു മനസിലാക്കണം എന്ന ആവശ്യമുമില്ല. ഹരി എന്നെ തടയാൻ എന്നോണം എന്റെ കൈയിൽ പിടിച്ചു. ശബ്ദം താഴ്ത്തി അവൻ പറഞ്ഞു, "പരിസരം മറന്ന് പ്രവർത്തിക്കരുത്." ഞാൻ ജീവനേക്കാൾ അധികം സ്നേഹിച്ച യാസ്മി മരിച്ചു കിടക്കുന്ന ഈ പരിസരം തന്നെ എനിക്ക് നരകമാണെന്ന് അവനെ എങ്ങനെ പറഞ്ഞു മനസിലാക്കാനാണ്. മെല്ലെ അവന്റെ കൈ വിടുവിച്ചു ഞാൻ വീണ്ടും മുന്നോട്ട് നടന്നു. അത്രയും നേരം താഴ്ന്നുനിന്നിരുന്ന എന്റെ കണ്ണുകൾ ഉയർത്തിയതും ഒരു കുഞ്ഞിന്റെ കരച്ചിൽ എന്റെ കാത് തുളഞ്ഞു കയറി. ആ തേങ്ങൽ എവിടെയെന്നു നോക്കിയപ്പോൾ വലതുവശത്ത് തുറന്നിട്ട ജനാലകളിലൂടെ ഒരു മുറി കണ്ടു. അവിടെ യാസ്മിയുടെ ഉമ്മ ഒരു കൊച്ചു കുട്ടിയെ ഒക്കത്ത് വെച്ചുകൊണ്ട് കരച്ചിൽ അടക്കാൻ പാടുപെടുകയായിരുന്നു. ഉമ്മയും കരയുന്നുണ്ടായിരുന്നു. പക്ഷേ അത് കുഞ്ഞിന്റെ കരച്ചി

ല്ലപോലെ ശബ്ദമുള്ളതല്ല. നിശ്ശബ്ദമായൊരു കരച്ചിൽ, ജീവൻ തന്നെ പതുക്കെ കൊഴിഞ്ഞു പോകുന്നതുപോലെ. കുഞ്ഞിന്റെ ചെറുതും നേർത്തതുമായ വലതുകൈയിൽ പ്ലാസ്റ്റർ ഇട്ടിരുന്നതു ഞാൻ ശ്രദ്ധിച്ചു. ദൂരെ നിന്നു നോക്കിയപ്പോഴേ എനിക്ക് മനസി ലായി. ഇളം തവിട്ടു നിറമുള്ള കണ്ണുകളുള്ള ആ കുഞ്ഞുമാലാഖ. അയാൻ അഹമ്മദ്. യാസ്മിയുടെ കുഞ്ഞ്. അവളുടെ അതേ കണ്ണുകൾ.

മരണവും ജീവിതവും തമ്മിലുള്ള വ്യത്യാസം എന്താണെ ന്നു പോലും മനസിലാവാതെ, തന്റെ ഉമ്മയെ ഇനി ഒരിക്കലും കാണാൻ കഴിയില്ലെന്ന സത്യം അറിയാതെ കരയുന്ന ആ പിഞ്ചുപൈതലിനെ കണ്ടപ്പോൾ, എന്റെ ദുഃഖവും അതിന്റെ കാരണവും അവന്റെ മുന്നിൽ ഒന്നുമല്ലെന്ന് എനിക്ക് തോന്നി. ഞാൻ കുറച്ചു നേരം അവനെ നോക്കി നിന്നു. അവന്റെ കര ച്ചിൽ എന്റെ നെഞ്ചിനകത്തേക്ക് കത്തി കയറിക്കൊണ്ടിരുന്നു. യാസ്മിയുടെ ഉമ്മയുടെ കയ്യിൽ ഒരു കുഞ്ഞുപക്ഷിയെപ്പോലെ ചിറകുകൾ ഒതുക്കി കരഞ്ഞുകൊണ്ടിരുന്ന അവൻ,

യഥാർത്ഥത്തിൽ ഇത് എന്റെ യാസ്മി തന്നെയല്ലേ. അവളുടെ അതേ നിഷ്കളങ്കത. അവളുടെ അതേ വിറയൽ. ആ മുഖത്ത് ഞാൻ അവളെ കണ്ടു. അവസാനമായി ഞാൻ അവളെ കണ്ടപ്പോഴുണ്ടായിരുന്ന അതേ നിസ്സഹായത ആ കുഞ്ഞിന്റെ മുഖത്തുണ്ടായിരുന്നു. ആ കണ്ണുകളിൽ ഞാൻ എന്റെ യാസ്മിയെ കണ്ടു. എന്റെ യാസ്മിയെ. എന്റെ ഉള്ളിൽ കത്തിക്കൊണ്ടിരുന്ന വാശിയും, ഒരൊറ്റ നോക്കിനായി ഞാൻ പിടിച്ചു നിന്ന ആഗ്ര ഹവും, എല്ലാം ഒരു നിമിഷം അവന്റെ മുന്നിൽ ഉരുകി തീർന്നു.

തീരുമാനങ്ങൾ പിൻവലിച്ച് ഞാൻ പതിയെ പിന്നോട്ട് തിരിഞ്ഞു നടന്നു. എന്റെ മുന്നിൽ പക്ഷെ, നല്ല ഉയരമുള്ള ഒരു ബലിഷ്ഠ ശരീരത്തോട് കൂടിയൊരാൾ.

അലി അബ്ദുൽ റഷാൻ, യാസ്മിയുടെ ഉപ്പ. അയാളുടെ കണ്ണുകൾ നിറഞ്ഞിരുന്നുവെങ്കിലും, ഒരു തുള്ളി കണ്ണുനീർ പോലും പുറത്തു ചാടാതെ തല ഉയർത്തി തന്നെ നിന്നു.

അദ്ദേഹത്തിന് എന്നെ അറിയാം. ഞങ്ങൾ പിരിയുന്നതിനുള്ള കാരണഭൂതൻ. ഇപ്പോൾ ഈ അവസത്തിൽ എന്റെ മുന്നിൽ മുഷ്ടി ചുരുട്ടി നിൽക്കുന്ന അദ്ദേഹത്തിന്റെ കണ്ണുകളിലേക്ക് ഞാൻ നോക്കി. വല്ലാത്തൊരു നിശബ്ദത അവിടെ പരന്നു. പെട്ടെന്ന് ഒട്ടും പ്രതീക്ഷിക്കാത്ത ആ വലിയ കരങ്ങൾ എന്റെ മേൽ പതിച്ചു. എന്റെ തോളിൽ രണ്ട് തവണ ഒന്ന് മെല്ലെ തട്ടിയ ശേഷം അദ്ദേഹം ആ കരങ്ങൾ പിൻവലിച്ചു.പക്ഷെ ആ സ്പര്ശത്തില് ഒരു കരുതൽ ഉണ്ടായിരുന്നു, സങ്കടം ഉണ്ടായിരുന്നു, ചെറിയ വിറയൽ ഉണ്ടായിരുന്നു,

ഞാൻ മറ്റൊന്നും ആലോചിച്ചില്ല, അദ്ദേഹത്തെ വാരി പുണർന്നു. ആ നിമിഷം, ആ മനുഷ്യൻ അവിടെ ആരോടും ഒന്നും മിണ്ടാതെ, പറയാതെ, എന്നെ പോലെ തന്നെ തകർന്നു നിൽക്കുക ആണെന്ന് എനിക്ക് മനസിലായി. മുഖത്തേക്ക് നോക്കാതെ തന്നെ പോവുക ആണെന് പറഞ്ഞു ഞാൻ ഇറങ്ങി, എന്റെ സുഹൃത്തുക്കൾ ഒന്നും മിണ്ടാതെ എന്നെ അനുഗമിച്ചു, കാറിൽ കയറുന്നതിനു തൊട്ട് മുന്നേ ഞാൻ ഒന്നുകൂടി തിരിഞ്ഞു നോക്കി, അവൾ അകത്തു കിടക്കുന്നുണ്ട്, പക്ഷെ വേണ്ട, അയാന്റെ കരച്ചിൽ ഇപ്പോഴും നിലച്ചിട്ടില്ല.

കാണണ്ട. വേണ്ട. പോവാം...

നമുക്ക് പോവാം...

18

"ഡേവിഡ്... ഡേവിഡ്..."

ആ ശബ്ദം എവിടെയോ ദൂരത്ത് നിന്നാണ് ഞാൻ കേട്ടത്. ഞാൻ കണ്ണുതുറന്നപ്പോൾ ഞാൻ ഇരിക്കുന്നത് ഒരു കടൽ തീരത്തു ആണെന് മനസിലായി. ആർത്തിരമ്പുന്ന തിരകൾ. മുകളിലൂടെ കാക്കകളും പരുന്തുകളും വട്ടംകറങ്ങി പറക്കുന്നു. ഞാൻ എങ്ങനെ ഇവിടെ എത്തി എന്നെനിക്ക് ഓർ

മയില്ല. അവിടെ നിന്ന് ഇറങ്ങി പിന്നെ ഇവിടെ വന്നിരുന്നത് വരെ എന്റെ മനസ്സിൽ ഒരു ശൂന്യത മാത്രം. ഒന്നും ഓർക്കുന്നില്ല. എന്തിനാണ് ഞാൻ ഇവിടെ വന്നത് എന്നതും മറന്നുപോയി. ശ്രീദേവി എന്റെ അരികിൽ തന്നെ എന്നെയും നോക്കി ഇമ വെട്ടാതെ ഇരിപ്പുണ്ടായിരുന്നു. കുറച്ച് മാറി എന്റെ സുഹൃത്തുക്കൾ കടലിലേക്ക് നോക്കി നിശ്ശബ്ദമായി നിൽക്കുന്നു. ഞാൻ കൈകുത്തി എഴുന്നേൽക്കാൻ ശ്രമിച്ചപ്പോഴാണ് അത് കണ്ടത്. എന്റെ അരികിൽ മടക്കി വെച്ച യാസ്മിയുടെ തട്ടം. അതു കണ്ടതോടെ ഞാൻ വീണ്ടും ഇരുന്നുപോയി. എഴുന്നേൽക്കേണ്ടതില്ലെന്ന് തോന്നി. "നമ്മൾ എത്ര നേരമായി വന്നിട്ട്?" ഞാൻ ചോദിച്ചു. ശബ്ദം എന്റേതാണോ എന്നുപോലും എനിക്ക് സംശയമുണ്ടായിരുന്നു. "കുറച്ചുനേരമായി," ശ്രീദേവി മറുപടി പറഞ്ഞു.

ഞാൻ ഒന്ന് ചിരിച്ചു. എന്റെ ജീവിതം ഓർത്തപ്പോൾ വന്ന ഒരു പരിഹാസ ചിരി.

"ശ്രീദേവി," ഞാൻ ചോദിച്ചു. "ഈ ദൈവം ശരിക്കും ഉണ്ടോ?" അവൾ കടലിലേക്ക് നോക്കി. കുറച്ചു നേരം മിണ്ടിയില്ല. പിന്നെ പറഞ്ഞു. "ഒരു കല്ലിലോ ശില്പത്തിലോ ഉണ്ടെന്നു ഞാൻ വിശ്വസിക്കുന്നില്ല. പക്ഷേ ചില നിമിഷങ്ങളിൽ, ചില സംഭവങ്ങളിൽ, ചില മനുഷ്യരിൽ... അതിൽ ഞാൻ ദൈവത്തെ കണ്ടിട്ടുണ്ട്. ചിലപ്പോൾ എന്റെ വിശ്വാസം അങ്ങനെ ആയിരിക്കും." അവളുടെ വാക്കുകൾ കടലിലെ തിരപോലെ എന്റെ ഉള്ളിൽ വന്നു അടിച്ചു. പിന്നെ മടങ്ങിപ്പോയി.

"എങ്കിൽ ആ ദൈവം എന്ത് ക്രൂരൻ ആണ്? ആ പാവം എന്ത് പിഴച്ചു, അതിനെ കൊല്ലാൻ ആയിട്ട്.എന്തൊരു അവസ്ഥ ആണ്"

ശ്രീദേവി എന്റെ നേരെ നോക്കി. അവളുടെ കണ്ണുകളിൽ ദയയുണ്ടായിരുന്നു, പക്ഷേ അവൾ എന്നെ തഴുകിയില്ല. "ഡേവിഡ്," അവൾ പറഞ്ഞു." മെഹർ നിനക്കു പ്രിയങ്കരിയായതുകൊണ്ടാണ് നീ ഇങ്ങനെ ചിന്തിക്കുന്നത്."

അവൾ ചുറ്റും നോക്കി. കടൽ. ആളുകൾ. ദൂരം. "ഒന്ന് ശ്രദ്ധി

ച്ചാൽ കാണാം," അവൾ തുടർന്നു.

"എല്ലാ ദിവസവും ആളുകൾ മരിക്കുന്നു. ഓരോ ദിവസവും. ആരുടെയോ മാതാപിതാക്കൾ, സഹോദരങ്ങൾ, മക്കൾ, ചെറുമക്കൾ. പിറന്നു വീഴുന്ന കുഞ്ഞുങ്ങൾ വരെ." അവൾ എന്നെ നോക്കി. കുറ്റപ്പെടുത്താൻ അല്ല. ഓർമിപ്പിക്കാൻ. "ഇവരിൽ ഒരാൾക്കെങ്കിലും വേണ്ടി നീ കരഞ്ഞിട്ടുണ്ടോ, ഡേവിഡ്?" ഞാൻ ഒന്നും പറഞ്ഞില്ല. "ഈ മരണങ്ങളിൽ ഒന്നിനെങ്കിലും നീ ദൈവത്തെ ചോദ്യം ചെയ്തിട്ടുണ്ടോ?" അവൾ തന്നെ മറുപടി പറഞ്ഞു. "ഇല്ലല്ലോ." അവളുടെ ശബ്ദത്തിൽ ദേഷ്യം ഉണ്ടായിരുന്നില്ല. "ഇന്ന് നീ ചോദ്യം ചെയ്യുന്നത് ദൈവത്തെ അല്ല," അവൾ പറഞ്ഞു.

"നിന്റെ നഷ്ടത്തെയാണ്."

അതുകൊണ്ടാണ് ഈ വേദന ഇത്രയും വലിയതായി തോന്നുന്നത്." കടൽ മുന്നിൽ തുടർച്ചയായി അടിച്ചു മടങ്ങിക്കൊണ്ടിരുന്നു. "അതെപ്പോഴും അങ്ങനെയാണ് ഡേവിഡ്, നമുക്ക് ഒരു അരക്ഷിതാവസ്ഥയോ സഹായമോ വേണമെങ്കിൽ മാത്രമേ നാം ദൈവത്തെ വിളിക്കൂ, നമുക്ക് ഒരു ദുരന്തം വന്നാൽ മാത്രമേ നമ്മൾ ദൈവത്തെ ശപിക്കൂ.. അല്ലാത്ത പക്ഷം ഈ ദൈവങ്ങളും നമ്മളെ പോലെ തന്നെ നിസ്സഹായരായ ഒരു കൂട്ടമാണ്. മനുഷ്യരുടെ കൈപ്പിടിയിൽ അകപ്പെട്ടു എന്ത് ചെയ്യണം എന്നറിയാതെ പകച്ചു നിൽക്കുന്ന ഒരു കൂട്ടം, അവിടെ നമ്മൾ പരാതി പറഞ്ഞിട്ടോ സഹായം അഭ്യർത്ഥിച്ചിട്ടോ കാര്യമില്ല ഡേവിഡ്, കാര്യങ്ങൾ തീരുമാനിക്കുന്നത് മനുഷ്യരാണ്, അന്നും ഇന്നും എന്നും. മനുഷ്യന്റെ ഉള്ളിൽ ആണ് ദൈവീകതയും പൈശാചികതയും ഉള്ളത്, എല്ലാവരുടെ മനസ്സിലും ഇത് രണ്ടും ഒരേ സമയം നിലകൊള്ളുന്നു, ആ സന്തുലിതയിലാണ് നമ്മൾ ജീവിക്കുന്നത്, പക്ഷേ എന്ത് ചെയ്യണം, ഏത് തിരഞ്ഞെടുക്കണം എന്നുള്ള തീരുമാനം നമ്മളുടേതു മാത്രമാണ്."

ശ്രീദേവി പറയുന്നത് എല്ലാം എനിക്ക് മനസിലായി. അതിൽ എനിക്ക് എതിരഭിപ്രായം ഒന്നും തന്നെ ഉണ്ടായില്ല.പക്ഷേ മറ്റൊ

ന്ന് ഞാൻ ചോദിച്ചു

"ശ്രീദേവി, ഞാൻ തകർന്നു പോയ മനുഷ്യൻ ആണ്, തകർച്ചയുടെ പടുകുഴിയിലാണ് ഇപ്പോൾ നിൽക്കുന്നത്, എന്നെ എന്തിനാണ് നീയിങ്ങനെ ഇപ്പോഴും സഹായിക്കുന്നത്, വീണു പോവാതെ കൈ പിടിച്ചു നിർത്തുന്നത്?"

"അതിനുള്ള ഉത്തരം നിനക്ക് അറിയാം ഡേവിഡ്,. നീ അറിയില്ലെന്ന് നടിക്കുന്നതാണ്,"

ചെറിയ പുഞ്ചിരിയോടെ ശ്രീദേവി പറഞ്ഞു.

"ശെരിയാണ്, എനിക്ക് അറിയാം, പക്ഷെ എന്ത് ചെയ്യണം എന്നെനിക്കറിയില്ല.. കുറച്ചു നിമിഷത്തേക് ഞാൻ സ്വാർത്ഥൻ ആയിപോയി, എന്റെ കാര്യം മാത്രം നോക്കി. വേറാരെയും പറ്റിയും ഒന്നിനെപ്പറ്റിയും ചിന്തിച്ചില്ല,എന്റെ ദുഃഖത്തിൽ ആത്മാർത്ഥമായി എല്ലാവരും പങ്കു ചേർന്നപ്പോഴും ഞാൻ മറ്റുള്ളവരുടെ സങ്കടങ്ങളെപ്പറ്റി ചിന്തിച്ചില്ല. എന്റെ മനസ്സിൽ ഒരേ ഒരു മുഖം മാത്രമായിരുന്നു. പക്ഷേ ആ മുഖം ഞാൻ യാസ്മിയുടെ കുഞ്ഞിന്റെ കണ്ണുകളിൽ കണ്ട നിമിഷം ഞാൻ അവിടെ ഇല്ലാതെ ആവുകയും ചെയ്തു, അപ്പോഴും എന്റെ കൈ വിടാതെ നീ നിന്നു ശ്രീദേവി, പക്ഷെ നന്ദി അല്ലാതെ വേറൊന്നും ഇപ്പോൾ എന്റെ പക്കൽ ഇല്ല. തോട് മാത്രമുള്ള ഒരു മനുഷ്യൻ ആണ് ഞാൻ, ഉള്ളിൽ ഇപ്പോൾ ശൂന്യമാണ്, ഭീതിപ്പെടുത്തുന്ന ശൂന്യത,"

എന്റെ കൈ പിടിച്ചുകൊണ്ട് ശ്രീദേവി വീണ്ടും സംസാരിച്ചു. പിടി മുറുകിയില്ല. അയഞ്ഞതുമില്ല. "സാരമില്ല ഡേവിഡ്," അവൾ പറഞ്ഞു. "ജീവിതത്തിൽ ഒരിക്കൽ എങ്കിലും എല്ലാവരും നീ പറഞ്ഞ ഈ ശൂന്യതയിൽ എത്തും. ഉള്ളിൽ ഒന്നുമില്ലാത്ത അവസ്ഥ. പിടിച്ചു നിൽക്കാൻ ഒന്നുമില്ലാത്ത ഒരു സമയം. അങ്ങനെയൊരു സമയത്ത് നമ്മുടെ കൂടെ നിൽക്കാൻ, നമ്മളെ കേൾക്കാൻ ഒരാൾ ഉണ്ടാവും. ഒരു കരം ഉണ്ടാവും. അത് ഏത് രൂപത്തിലായാലും, പക്ഷേ ഡേവിഡ്, അത് നീ നിഷേധിക്കരുത്.നിന്റെ മുറിവുകൾ ഭേദമാകാൻ നീ സ്വയം തുനിയാതെ, ആർക്കും നിന്നെ ഭേദമാക്കാൻ പറ്റില്ല ഡേവിഡ്. അതിന്

സമയം എടുക്കും. എനിക്ക് അറിയാം." അവൾ ഒരു നിമിഷം നിർത്തി. "പക്ഷേ ഞാൻ നിന്റെ കൂടെ ഉണ്ടാകും. എത്ര സമയം എടുത്താലും. നീ സ്വയം വീണ്ടും ഉയിർത്തെഴുന്നേല്ക്കുന്നത് വരെ. നീ ഈ യാത്രയിൽ ഒറ്റക്കല്ല, ഞാനുണ്ട്. നിന്നെ ജീവനുപോലെ സ്നേഹിക്കുന്ന നിന്റെ കൂട്ടുകാർ ഉണ്ട്. വാക്കുകൾക്കിടയിൽ മാത്രം സ്നേഹം ഒളിപ്പിക്കുന്ന നിന്റെ അച്ഛനുണ്ട്. നിന്നെ ഇപ്പോഴും ഒരു കൈക്കുഞ്ഞിനെ പോലെ സ്നേഹിക്കുന്ന നിന്റെ അമ്മയുണ്ട്." ഇതിനെല്ലാം ഒപ്പം... നിന്റെ മെഹറിന്റെ അനുഗ്രഹവും നിന്റെ കൂടെ എപ്പോഴും ഉണ്ടാകും." ആ വാക്ക് പറഞ്ഞപ്പോൾ അവളുടെ ചുണ്ടുകൾ ഒന്ന് വിറച്ചു. എന്റെയും.

അറിയാതെ എന്റെ കണ്ണുകൾ നിറഞ്ഞു. ഞാൻ പോക്കറ്റിൽ നിന്ന് ഒരു സിഗരറ്റ് എടുത്തു. കത്തിക്കാൻ ശ്രമിച്ചു. പക്ഷേ കടൽക്കാറ്റിനെ മറികടക്കാൻ ആ ചെറിയ ലൈറ്ററിന് ശക്തിയുണ്ടായിരുന്നില്ല. ജ്വാല ഓരോ തവണയും ഉയർന്നു, പിന്നെ അണഞ്ഞുപോയി.

തിരമാലകൾ ഒന്ന് അടുത്ത് വരെ വന്നു എന്നെ കണ്ടപ്പോൾ മുഖം തിരിച്ച് തിരികെ പോയതുപോലെ തോന്നി. കാണാൻ വന്നിട്ട് ഒന്നും പറയാതെ മടങ്ങുന്നവരെ പോലെ. ശ്രീദേവി എന്റെ കൈ പിടിച്ചു ചേർന്നിരുന്നു. യാസ്മിയുടെ തട്ടം എന്റെ അരികിൽ തന്നെ ഉണ്ടായിരുന്നു. പക്ഷേ എന്റെ ചിന്തകൾ എവിടെയോ അകപ്പെട്ടു കിടക്കുകയായിരുന്നു. മുന്നിൽ അനന്തമായ കടൽ. മുകളിൽ അതിരുകളില്ലാത്ത ആകാശം. ഇതിനിടയിൽ, നൂൽ പൊട്ടിയ ഒരു പട്ടം പോലെ, ഞാനും എന്റെ ചിന്തകളും ഒരു അന്ത്യം തേടി അലഞ്ഞുനടന്നു. എവിടെയെങ്കിലും ഒന്ന് തട്ടി നിൽക്കാമെന്ന പ്രതീക്ഷയോടെ..

പെട്ടെന്ന് കടലിന്റെ നടുവിൽ എന്തോ ഒന്ന് മാറിയതുപോലെ എനിക്ക് തോന്നി. ഞാനൊന്ന് കൂടി സൂക്ഷിച്ചു നോക്കി. ആദ്യം എന്റെ കണ്ണുകളെ ഞാൻ വിശ്വസിച്ചില്ല, പക്ഷേ അടുത്തു അടുത്തു വന്നപ്പോൾ ആ കാഴ്ച എനിക്ക് വിശ്വസിക്കാൻ കഴിഞ്ഞില്ല. പതിവിലും വലിയൊരു തിരമാല ഉയർന്നു, അത് ആർ

ത്തിരമ്പി ഞങ്ങളുടെ അടുക്കലേക്ക് വരുന്നു. ഞാൻ പെട്ടെന്ന് ശ്രീദേവിയെ നോക്കി. അവൾ ഒരു ഭാവമാറ്റവുമില്ലാതെ എന്നെ തന്നെയാണ് നോക്കിയിരുന്നത്. എനിക്ക് ചെറിയൊരു ഭയം തോന്നി. ഇത് സാധാരണ തിരമാലയല്ല. ഇനി ഇതാണോ അവസാനം എന്നൊരു ചിന്ത. പക്ഷേ അനങ്ങാൻ എനിക്കായില്ല. ശ്രമിച്ചു, പക്ഷേ ആ മണൽ തരികൾ ഓരോന്നായി എന്നെ വിടാതെ ചേർത്ത് പിടിച്ചത് പോലെ, എനിക്ക് അനങ്ങാൻ സാധിക്കുമായിരുന്നില്ല.

ഞാൻ ശ്രീദേവിയുടെ കൈ മുറുക്കിപ്പിടിച്ചു. ആർത്തിരമ്പി വന്ന ആ വലിയ തിരമാല, സർപ്പം ഫണം വിരിച്ചുനിൽക്കുന്നതുപോലെ, ഞങ്ങളെ പൊതിയാൻ എന്നവണ്ണം അടുത്തെത്തി. ഞാൻ ഭയന്നു കണ്ണുകൾ ഇറുക്കി അടച്ചു. ഒരു കുമിളക്കുള്ളിൽ എന്നപോലെ ഞങ്ങളെ ആ തിരമാല ചുറ്റിപൊതിഞ്ഞു.

പക്ഷേ ഞങ്ങളെ സ്പർശിച്ച നിമിഷം, അതൊരു തലോടലായി മാറി. അത്രയേറെ മൃദുവായി കടൽ എന്റെ മുടിയിലും കവിളിലും സ്നേഹത്തോടെ തഴുകി.

എന്നെ ഒന്ന് തട്ടി, എന്റെ ശരീരം ശ്രീദേവിയോട് കൂടുതൽ ചേർത്തിരുത്തി.

തിരികെ മടങ്ങുമ്പോൾ, എന്റെ അരികിലിരുന്ന തട്ടം ആരോ മുറുക്കിപ്പിടിച്ചതുപോലെ, അതിനെ കൂടെ എടുത്തുകൊണ്ട് ആ തിരമാല തിരിച്ചു നീങ്ങി. കടൽ തന്നെ ഉൾവലിയുന്നത് പോലെ.

ഞാൻ തടയാൻ ശ്രമിച്ചു. ജലത്തിനെ പിടിച്ചു നിർത്താൻ ശ്രമിച്ചു .ഒടുവിൽ ദേഹമാസകലം നനഞ്ഞ് ഞാൻ ഇപ്പോൾ ശ്രീദേവിയോട് ചേർന്നാണ് ഇരിക്കുന്നതെന്ന് മനസ്സിലാക്കി ഞാൻ അവളെ നോക്കി. അപ്പോഴാണ് ഞാൻ ഞെട്ടിയത്.

ശ്രീദേവിയുടെ ദേഹത്ത് ഒരു തുള്ളി നനവ് പോലും ഇല്ല. ഞങ്ങൾ ഇരുന്ന മണലിലും നനവില്ല. പക്ഷേ ഞാൻ മാത്രം അടിമുടി നനഞ്ഞിരുന്നു. ഞാൻ എന്റെ അരികിൽ തട്ടം തേടി കൈ നീട്ടി. ഇല്ല. അത് അവിടെ ഇല്ലായിരുന്നു. ദൂരെയെങ്ങോ, അനന്തമായ കടലിന്റെ നടുവിൽ, അത് പതുക്കെ ഒഴുകിപ്പോയി

ക്കൊണ്ടിരുന്നു. അങ്ങനെയൊരു തിരമാല വന്നതെല്ലാം എന്റെ തോന്നൽ മാത്രമായിരുന്നെങ്കിൽ, ഞാൻ ഇങ്ങനെ നനഞ്ഞിരിക്കുന്നതെങ്ങനെ. പക്ഷെ ശ്രീദേവിയുടെ മുഖത്തു യാതൊരു ഞെട്ടലോ അത്ഭുതമോ ഇല്ലായിരുന്നു, ഒന്നും സംഭവിച്ചിട്ടില്ലാത്തത് പോലെ. അവൾ എന്നെ തോളോട് ചേർത്ത് പിടിച്ചു ചോദിച്ചു

"എന്ത് പറ്റി ഡേവിഡ്?"

എനിക്ക് ഉത്തരം ഉണ്ടായിരുന്നില്ല,

ചിന്തകൾ വേരറ്റു നീങ്ങി,

ഒരു അന്ത്യം തേടി അലഞ്ഞു നടന്നിരുന്ന ചിന്തകൾ ഒടുവിൽ ഒരിടത്തു തട്ടി നിന്നു, ഒരു ഓർമയിൽ.

അന്നൊരിക്കൽ മെഡിക്കൽ കോളേജിന്റെ കാഷ്വാലിറ്റിയിൽ ഇരുന്നു കൊണ്ട് സ്നേഹം നിറഞ്ഞ കണ്ണുകളാൽ യാസ്മി എന്നോട് പറഞ്ഞ വാക്കുകൾ.

"നമ്മളിൽ ആദ്യം ഞാൻ ആണ് മരിക്കുന്നതെങ്കിൽ... സ്വർഗത്തിലേക്കു പോകുന്നതിന് മുമ്പേ എന്റെ റൂഹ് അന്നെ ഇവിടെ വന്നു കണ്ടിട്ടേ പോവൂ, ഇൻഷാ അല്ലാഹ്."

ആ വാക്കുകൾ...

അതെ...

റൂഹ്...